அன்பெனும் ஆறுதல்

பொதுக் கவிதைகள்

இராம பாரதி

notionpress.com

INDIA • SINGAPORE • MALAYSIA

ISBN
Paperback 979-8-90362-679-3
Hardcase 979-8-90431-679-2

சமர்ப்பணம்

திரு ஆ. மா. சகதீசன்

ஒரு பக்தனைப் போலிருந்து கலீல் ஜிப்ரானின் கவிதைகள் மற்றும் உருவகக் கதைகள் அனைத்தையும் தமிழில் மொழிபெயர்த்துத் தந்த 101 வயது வரை வாழ்ந்து காலமாகிய பேராசான் உயர்திரு ஆ. மா. சகதீசன் ஐயாவை வணங்கி, ஐயா இவ்வுலகை விட்டுச் சென்றாலும் என்றும் தமிழர்களின் மனதில் வீற்றிருப்பதைப் போல என் மனதிலும் எழுத்திலும் தங்கி அருள்புரிவார். பெரு மதிப்பிற்குரிய ஆ. மா. சகதீசன் ஐயாவிற்கு எனது பணிவான வணக்கங்கள். இந்த நூலினை ஐயாவிற்கு சமர்ப்பிக்கிறேன்.

திரு அனிதா கு. கிருஷ்ணமூர்த்தி

தமிழக அரசின் விருது பெற்ற, நூற்றுக்கும் மேற்பட்ட வரலாற்று மற்றும் ஆய்வு நூல்களை எழுதிய, சிறந்த சொற்பொழிவாளரும், கவிஞருமாகிய எனது ஆசான், திரு அனிதா கு. கிருஷ்ணமூர்த்தி அவர்களை வணங்கி, எங்களை விட்டு தங்கள் உடல் பிரிந்தாலும், நினைவுகள் எப்போதும் உடனிருந்து வழி நடத்தும் ஐயா, இந்நூலினை தங்களுக்கும் சமர்ப்பிப்பதில் மனம் நெகிழ்கிறேன், வணங்குகிறேன்.

பொருளடக்கம்

வாழ்த்துரை

தமிழ்ச்செம்மல்,
புலவர் திரு. இரெ. சண்முக வடிவேல்
தமிழ்ச் சங்கத் தலைவர் - திருவாரூர்.

அன்பெனும் ஆறுதல் என்ற தலைப்பில் திரு. இராம பாரதி ஒரு கவிதைத் தொகுப்பினை வெளியிடுகிறார். கவிதையை காலத்தின் கண்ணாடி என்று அறிஞர்கள் கூறுவார்கள், நம் காலத்தின் நிலையை நமக்குப் பிறகு வரும் நம் சந்ததியினர் அறிய இதுபோன்ற நூல்கள் பயன்படும்.

இன்றைய மக்கள் மனத்தையும் நடத்தையையும் இராம பாரதி எடுத்துக் காட்டியுள்ளார். அவர் தன் வாழ்க்கை அனுபவங்களை எடுத்துக் கூறும் வகை நன்றாக அமைந்துள்ளது. எடுத்துக்காட்டக சில கவிதைகளைக் காண்போம்.

எழுத்தாளன் தன்னுடைய செயலிலும் வாழ்விலும் தான் எழுதிய நல்லொழுக்க நெறிகளோடு ஒழுக வேண்டும் நன்னெறி கூறுவோர் சொல்கிறார்கள் என்பதால், அவன் இப்போது கவிதை எழுத வேண்டாம் என்று இருக்கிறான், ஏன் தெரியுமா?, மூத்தோரை மதித்துப் போற்ற வேண்டும்

என்றால், தன் தாய் தந்தையரைக் காப்பகத்தில் விட்டிருக்கும்போது எப்படி எழுதுவது ? அதனால் தான் அவன் முடிவெடுத்தானம் இராம பாரதி எழுதுகிறார்,

“காப்பகத்தில் என்பெற்றோர் காலமாகும்
நாள்வரையில்
கவிதை எழுதப் போவதில்லை”.

ஏதிலார் குற்றம்போல் தன்குற்றம் காண்கிற்பின்
தீதுண்டோ மன்னும் உயிர்க்கு
என்பது பொதுமறையாம் குறள் வாக்கு.

காதலை எழுதாதவன் கவிஞனாகமாட்டான், இராம பாரதியும் எழுதுகிறார் இதில் இடையின “ரி” வல்லின “றி” இரண்டையும் வரி முடிவில் காட்டி மயக்குகிறார், உதாரணம்,

காதல்வயப் பட்டவர்கள் கட்டவேண்டும் அரசுக்கு வரி
மது விற்று வரும் வரி மிகையாகாதென் அரசே அறி.

கவிதையில் உவமை காட்டுவது கவிஞரின் பறந்துபட்ட அறிவையும் கவிதையாற்றலையும் காட்டுவதாகும். நட்பு பற்றிய கவிதையில் உவமை நயம் நன்றாக வெளிப்படுகிறது. நட்பின் ஆழத்தைக் காட்டுகையில் என்னதான் நீ என்னை மறந்து வாழ்ந்தாலும் இடையிடையே என் நினைவு உனக்கு வந்தே தீரும் என்பதை, தாடியில் ஒரு முடி மட்டும் வெளுத்திருப்பதைக் காட்டுகிறார். இன்றைய இளைஞர்கள் தாடி வளர்ப்பதை

கலையாக பாவிக்கும் நாளில், இக் கவிதை நன்றாகவே எடுபடும்.

"தாடியில் வந்துதிக்கும்
வெண் முடிபோல் - நீ
வெறுத்தாலும் உன்நினைவில்
நான் வருவேன்"

இதுபோன்று உவமை நயம் வெளிப்படும் இன்னோர் இடம் "எழுந்துவா என் தோழா கவிதையில்,

"வெம்மை சுடுவதாய் வெளியேறிவிட்டால்
தங்கம் அணிந்திட தகுதியாகுமோ என் தோழா?"
என்கிறார்.

ஆம் வாழ்க்கை என்றால் இன்ப துன்பங்கள் இல்லாமல் போகுமா ? எல்லாவற்றையும் தாங்கி மேலெழுந்து வருவதுதான் வாழ்க்கை என்பதை கவிதை காட்டுகிறது. நட்பு பறிபோவதை உருக்கமாகப் பாடுகிறார்,

"வெள்ளித்திரையில் வேடிக்கைப் பார்க்க இரவில்
போனேமே
விடியுமுன்பே வீட்டிற்கு வந்தும் அடிகள் பெற்றோமே
திரைகள் கூட வீட்டுக்குள்ளே வந்து விட்டதடா -
இன்று
மகிழ்ச்சி மட்டும் நண்பனோடே சென்று விட்டதடா"

இதில் நண்பனில்லா சோகம் நன்றாக வெளிப்படுகிறது.

"மரம் கூட வளர்த்தவனுக்கு பயன் செய்யுது - தெரு நாய் கூட நினைவிடத்தில் நின்று அழுகுது - சில மனிதன் மட்டும் தான் தாயை உதறி விடுகிறான் ஆதரவின்றி தந்தையையும் தெருவில் விடுகிறான்"

என்று இன்றைய இழி நிலையை கவிதையாக்கித் திருத்துகிறார்.

எல்லாக் கவிதைகளிலும் மா, பாலா, வாழையின் சுவை காண்கிறோம்

வாழ்க கவிஞர் இராம பாரதி, வளர்க அவர்தம் கவிதையாற்றல்.

இங்ஙனம்

புலவர் இரெ. சண்முக வடிவேல்

திருவாரூர்.

நட்புரை

கலைமாமணி திரு. ஜாகுவார் தங்கம்
தயாரிப்பாளர், ஸ்டண்ட் இயக்குனர், இயக்குனர், நடிகர், எழுத்தாளர் மற்றும் பாடல் ஆசிரியர்.

திரு. இராம பாரதி அவர்களை சில வருடங்களாக எனக்கு தெரியும். சிறந்த கவிஞர், சிறந்த மனிதர். பழகுவதற்கு இனிமையானவர். அமைதியானவர். அன்பு உள்ளம் கொண்டவர். இவரை நான் முதலில் சந்தித்ததே மேடையில், இவருக்கு கவிஞருக்கான பாராட்டுச் சான்றிதழ் வழங்கும்போது தான்.
இவரது இந்த கவிதை தொகுப்பான "**அன்பெனும் ஆறுதல்**" படித்துப் பார்த்தேன் உண்மையாக எனது உள்ளத்துக்கு ஆறுதலாக இருந்தது.
எழுந்து வா என் தோழா என்ற தலைப்பில்

எழுந்து நடப்போம் கற்கள் விலகும் முட்கள் உடையும்
புற்கள் தேயும் புதிய பாதை நம்மால் விளையும்
பூக்கள் தூவி நம் வாழ்வே மகிழும்

என்ற வரிகள் உத்வேக வரிகளாகத் தோன்றுகிறது.
நட்பும் காலமும் என்ற தலைப்பில்

ஏரிக்குள்ளே மீன்கள் பிடித்தோம் நினைவில் இருக்குதா ? -
இன்று எத்தனையோ மீன்கள் இருக்கு ஏரி இருக்குதா ?

என்ற வரிகளில் இன்றைய சமூகத்திற்கான வினா தொடுத்துள்ளார்
சிந்திக்க வைத்துள்ளார்.

கணவனை இழந்த கைம்பெண்,
கதறல் இவரது கவிதையில் கண்டேன்

மஞ்சளும் குங்குமமும் வாங்கி வந்து
மதிமுகத்தால் உனக்குன்னு தருவாயே
எனக்கு மஞ்சள் வாங்க தேவையில்லை என்றாலும்
மழலை பஞ்சுமிட்டாய் கேட்டுவிட்டால் எவ்வழியோ ?

இந்தக் கவி வரிகளில் மனம் கனத்தே நிற்கிறது.
முரண் என்ற தலைப்பில் உள்ள கவிதையை கண்கள் ஏறெடுத்து ஆக வேண்டும்.
கவிதைக்குள் கவிதை சிலாகித்துப் போனேன். கவிதை என்றதோர் தலைப்பு, அதில்.. ..

என்றேனும் யாரேனும் விற்று கொள்ளட்டும்
எழுத்து மட்டும் சமூகத்திற்கு பயனாகட்டும்

கிழிந்த உடை கிழிந்த மனம் எனதானதால்
பொழியும் கவி வரிகளுக்கு முதலாளி நான்

அடடா அருமையான வரிகள் தந்த திறமையான கவிஞருக்கு மன நிறைவான வாழ்த்துக்கள்.
45 தலைப்புகளும் முத்தாய்ப்பாய் உள்ளது இங்கே
கவி சத்து குறையாத கவி உலகின் சொத்து இவர்
இவர் மேலும் நிறைய எழுத வேண்டும் ஆரோக்கியத்துடனும் மகிழ்ச்சியுடனும் வாழ வேண்டும் என்று மனம் நிறைய வாழ்த்துகிறேன்

அன்புடன்
ஜாகுவார் தங்கம்
திரைப்பட இயக்குனர்

அன்புரை

தூய தமிழ்ப் பற்றாளர், கவிஞர், நாவலாசிரியர்,
சொற்பொழிவாளர்,
திருமதி. ஞான. ஷைலா மேரி
காவல் உதவி ஆய்வாளர், தமிழ்நாடு காவல்துறை

எழுத்துத் துறையில் எழுந்த எழுத்தோவியமே!
என் உடன்பிறவா தம்பியே, நமது நட்புறவு என்பது கருவறை இரண்டானாலும் ஒரே கவியறையில் உருவானது.
எனக்கு இராமனையும் பிடிக்கும், பாரதியையும் பிடிக்கும். இராம பாரதியை பிடிக்காமல் போகுமா? இரட்டிப்பாக பிடிக்குமே.
அவரது சிறு வயது மகனும் கவிதை எழுத ஆரம்பித்தது அவரது அடுத்த தலைமுறையிடம் தமிழும் கவிதையும் விழுது விட்டுள்ளது கண்டு தொழுது நிற்கிறேன்.

தம்பி இராம பாரதி சிறந்த கவி படைப்பாளர். அவரது கவித்திறனைக் கேட்டு என் செவித்திறன்

வலுவடைந்துள்ளது என்றால் மிகையில்லை. ஆர்ப்பாட்டம் இல்லா தேரோட்டம் அவர் ஆர்ப்பரிப்பு இல்லா பூரிப்பு அவர். சாந்த குணம் தன்னில் கொண்டவர் சந்த நயம் தன் கவியில் கண்டவர். அற்புத கவிஞர் இவர். இவரது முந்தைய கவி படைப்புகளான "**மனம் ஒரு மனிதன்**" ,மற்றும் "**நிலவோடு விண்மீன்கள்**" ஆகச்சிறந்த படைப்புகள். படித்து முடித்தேன் மடித்து வைக்க முயன்றேன் மடித்து வைக்க இயலாது படித்துக் கொண்டே இருந்தேன். இந்த "**அன்பெனும் ஆறுதல்**" பனுவலில் இவரது கவி வரிகள் காலத்தில் அழியா காவியம் பாட வேண்டும். நிதர்சன உண்மைகளையும் நிகழ்வில் நடந்ததையும் நினைவில் கொண்டதையும் நீல மை கொண்டு நீங்களும் நானும் நினைக்காத வகையில் இதயத்தை வருடி கவி வரைந்துள்ளார். உறையாத உறவுகளால் வந்த உள்ள உணர்வுகளை தமிழ் உளி கொண்டு செதுக்கியுள்ளார்.

பார்வைக்கு எட்டும் பால்வெளியில் பாதி கவிதை எழுத வேண்டும்....
விரலுக்கு எட்டும் விண்வெளியில் மீதி கவிதை எழுத வேண்டும்,
இராம பாரதியின் உருகும் கவிதை உலகறிய வேண்டும்,
மழைத்துளியாய் மனதை நனைக்க வேண்டும்.
இந்த எனது அன்புரையில் இராம பாரதியின் ஒரு வரியை கூட சொல்லப்போவதில்லை, சொல்லி, மீதி வரிகளை தள்ளப் போவதில்லை...

நான் இவரது இந்த நூலை ரசித்து ருசித்தது போல் வாசகர்களான நீங்களும் பார்வையால் புசித்து மகிழ வேண்டும்.

கவிஞரும் எனது நெஞ்சுக்கு இனிய தம்பியுமான இராம பாரதி அவர்கள் இன்னும் பற்பல நூற்பாக்கள் இயற்ற வேண்டும் அவை இயற்கை உள் அளவும் வாசகர்களின் இதயத்தை ஆள வேண்டும் என்ற வாழ்த்தினை கூறி மகிழ்கிறேன்.

இங்ஙனம் அன்புடன்
ஞான. ஷைலா மேரி.
காவல் உதவி ஆய்வாளர்,
தமிழ்நாடு காவல்துறை.

அணிந்துரை

கவிஞர் இல. கிருஷ்ணமூர்த்தி. B.H.E.L - திருச்சி.

தான் எழுதிய மூன்றாவது கவிதைத் தொகுப்பிற்கு என்னை அணிந்துரை எழுதப் பணித்தமைக்கு கவிஞர். இராமபாரதிக்கு எனது மனமார்ந்த நன்றியும் வாழ்துக்களும். கவிஞரின் இரண்டாவது புத்தகமான "நிலவோடு விண்மீன்கள்" கவிதைத் தொகுப்பிற்கும் அணிந்துரை எழுதியதை நினைவுகூர்ந்து மனம் மகிழ்கிறேன்,

ஒரு புத்தகத்திற்கு அணிந்துரை எழுதுவது சுலபம் எனத்தோன்றலாம், ஆனால் அது அவ்வாறான ஒன்றல்ல. ஏனெனில் கவிதைத்தொகுப்பில் கவிஞர் எழுதியுள்ள மொத்த கவிதைகளின் சிறப்பையும் குறிப்பிட்ட பக்கங்களுக்குள் அணிந்துரையாகச் சொல்ல வேண்டியதனாலேயே சற்று சவாலானதும் கூட. தவிர ஒரு சிறிய மகிழ்வும் உண்டு, அது அணிந்துரை எழுதும்போது கவிதைகளை மீண்டும் மீண்டும் படிக்கும்

வாய்ப்பு கிடைக்கும், அவ்வாய்ப்பு கவிஞருக்குக் கூட கிடைத்திருக்குமா என்பது சந்தேகமே. மேலும் பக்கக் கட்டுப்பாடு இல்லையெனில் இந்த சிறந்த கவிதை தொகுப்பிற்கான அணிந்துரையை ஒரு புத்தகமாகக் கூட போடலாம்.

ஒரு **"எழுத்தாளன்"** தன் சுய மற்றும் சமூகக் கடமைகளை முதன்மையாக செய்து முன்னோடியாக இருக்க வேண்டும் என்று இத்தொகுப்பின் முதல் கவிதையிலேயே கூறிவிடுகிறார், மேலும் எழுத்தாளனின் எழுத்துக்கள் போல அவன் வாழ்க்கையும், தலையெழுத்தும் அமைவதில்லை எனும் பொருளை உணர்த்துவதாய் அமைந்துள்ளது இக்கவிதை. அதுமட்டுமின்றி எழுத்தாளருக்கு மட்டுமல்லாது நம்மில் உள்ள அநேக சாமானிய மனிதர்களுக்கும் அப்படிதான் என்கிற இன்றைய இக்கட்டான நிலையை கூறியுள்ளார்.

சிறு குழந்தைகள் தன் மனதில் பட்டதைச் சொல்லிவிடும், என்பதை கவித்துவத்தோடு **"மதிப்புமிகு மழலைகள்"** எனும் தலைப்பில், தாயைப் பிரிந்து வாழும் குழந்தைகளின் பார்வையிலிருந்து தன் மனதில் பட்டதைச் சொல்லியிருக்கிறார். மேலும் காதலில் தோற்றவன் கண்டிப்பாக கவிஞன் ஆவான் என்பதை "கவிதை கொட்டும் சந்தைக்கு காதல்மாடு வந்துவிடும் என்று **"காதல் ரி றி"** இல் தன்னிலை வாக்குமூலம் கொடுத்துள்ளார் இராம பாரதி.

ஏரிக்குள்ளே மீன்கள் பிடித்தோம் நினைவில் இருக்குதா - இன்று எத்தனையோ மீன்கள் இருக்கு ஆனால் எரி

இருக்குதா? என்ற வரிகளில் நவீன கால நீர் நிலையை **"நட்பும் காலமும்"** கவிதையில் அந்த நீரில்லா ஏரியில் பழைய கிராமத்து நண்பனுடனான நினைவுகளில் நம்மை மூழ்கடித்து விடுகிறார். இப்போதும் இனிவரும் பல ஆண்டுகளுக்கும் அப்பட்டமாய் பொருந்தும் **"இன்றைய முதுமை"** கவிதையில் உள்ள வரிகள். ஆம் முதுமை எல்லோருக்கும் வரும் என்பது நினைவுக்கு வருகிறது "மரம்கூட மனிதனுக்கு பயன் செய்யுது, தெருநாய்கூட நினைவிடத்தில் நின்று அழுவது "அஃறிணைகள் கூட உயர்திணைகள் ஆனது அவ்வரியில்.

இடையில் ஒரு நாள் வந்திருக்கலாம், இடைவெளியை நம்மில் குறைத்திருக்கலாம் உண்மைதான், நவீன கால சூழலில் பொருளாதாரம் சார்ந்த நெருக்கடிகள் நெருங்கியவர்களிடமிருந்து எங்கெங்கோ பிரித்து நம் சந்திப்புகளை குறைத்துக்கொண்டிருக்கிறது, சில நேரங்களில் அது மரணத்தில் தான் சந்திக்கவைக்கிறது என்பதை கூறிய **"எண்ணங்கள்"** கவிதை எண்ணங்களை விட்டு விலகவில்லை. மனிதன் மாறிவிட்டான் என்பதையும் இன்று பல சொந்தங்கள் இப்படித்தான் உள்ளது என்பதையும் **"சில சொந்தங்கள்"** கவிதையில் கூறியிருக்கிறார். முரண்பாடுகளின் மொத்த உருவம் மனிதன் என்பதை பட்டவர்த்தனமாய் சொல்கிறது **"முரண்"** எனும் கவிதை.

மணவாழ்வை மகிழ்ச்சியாய் வைத்துக்கொள்ள கடைபிடிக்க வேண்டியது என்ன என்பதை நாலே வரியில் நையாண்டியாய் கூறிவிட்டார் **"மணவாழ்வு"**. கவிதையில். மேலும் மண்ணில் பிறந்த அனைவருமே

"எதிர்மறை எண்ணங்கள்" கவிதையில் கூறியது போலதான் வாழ்வை கடந்துகொண்டிருக்கிறோம், ஆனால் அதையும் தாண்டி நேர்மறை எண்ணங்களே நம்வாழ்க்கையின் நீட்டிப்புக் கருவி என்பது நிதர்சனமான உண்மை என்பதை சொல்லாமல் சொல்கிறார்.

கவிஞர் மணவாழ்வுக்கு முன் பித்தனாய் இருந்திருப்பார் போலும் என்பதை **"பித்தன்"** கவிதையில் அறிய முடிகிறது. எண்ணங்கள் தோன்றும்போ தெல்லாம் எழுத்துக்கள் பதிக்க முடிவதில்லை, எழுத வேண்டி அமரும் போதெல்லாம் எண்ணங்கள் உடனிருப்பதில்லை. முற்றிலும் உண்மை என்பது **"கவிதை"** எழுதுபவர்களின் சூழ்நிலை.

"வ. உ. சி" கவிதையை கவிஞரின் நண்பரும், மறைந்த பேச்சாளர் மற்றும் எழுத்தாளர் திரு. அனிதா . கு. கிருஷ்ணமூர்த்தி அவர்களின் வரலாற்று நூலின் சுருக்க கவிதையாய் நான் அறிகிறேன், ஏனெனில் வ. உ. சி அவர்களை பற்றி தகவல்களை அவர் எழுதிய அளவிற்கு நவீன கால எழுத்தாளர்கள் யாரும் எழுதியதில்லை என்பது என் எண்ணம்.

இன்னொரு தாயைப்போல கவனித்துக்கொண்ட கவிஞரின் மாமியார் அவர்களின் நினைவு நாளுக்கு அவர்களின் நினைவுகளோடு எழுதிய கவிதையே **"நினைவுநாள்"** என்பதை நானறிவேன்.

அதென்ன பெண்களுக்கு மட்டும் **"உலக பெண்கள் தினம்"** கவிதை, ஆண்களுக்கு ???. அடுத்த தொகுப்பில் எதிர்பார்க்கலாம் என நினைக்கிறேன் கவிஞரே.

"காதலைத்தாங்கி" கவிதையில் வரும் "ஒன்றுக்கு ஒன்றே எனும் விதியைச் சாடு, உலகம் கிடக்கு ஒழுக்கம் தூக்கி வீசு", எனும் இரண்டு வரிகள் கவிப் பேரரசு வைரமுத்துவின் "இந்த உலகத்தில் இது ஒன்னும் புதுசில்ல, ஒன்னுரெண்டு தப்பிபோகும் ஒழுக்கத்துல" என்னும் வரிகளுக்கு இணையான வரிகள். மேலும் புத்தாண்டு என்பது இன்னொரு நாளே என்பதை உணர்ந்துவிட்டால் எல்லா நாளும் புத்தாண்டு நாளே என சொல்லாமல் சொல்கிறார் **"புத்தாண்டு"** கவிதை யில். **"அன்பே ஆறுதல்"** கவிதையில் கூறிய உலைநீர் போல்தான் உற்றார் எல்லாம் உண்மையில் எவ்வளவு உண்மை யான வரிகள் என்பது ஆறுதல் தேடி கவலை பெருக்கிக் கொண்டவர்களுக்கு மட்டுமே தெரியும்.

இந்தப்பக்கம் - இராம பாரதி இருந்துகொண்டு அந்தப்பக்கம் அனைவரையும் வழிமாறி போய்விட சொல்லியிருக்கிறார் **"இவ்வளவே வாழ்கின்றோமா"** கவிதை, ஒரு நல்ல வழிகாட்டல். அனைவரின் எண்ணத்தில் விதைக்கவேண்டிய அன்பை மழலையிலிருந்து விதைத்திடுவோம் என்று **"மனதினில் விதைப்போம்"** கவிதை வழியாக நாளைய தலைமுறைக்கான தன் சமூக கடமையை ஆற்றியுள்ளார்.

கவிஞரின் கருணைமனு **"காவல் தெய்வத்தால்"** ஏற்றுக்கொள்ளப்பட்டது.

காலச்சக்கரம் நம்வாழ்வில் எப்படி நட்பைத் தூரவீசிவிட்டது என்பதையும், தினம் தினம் பேசாவிட்டாலும் நட்புகள் அதை புரிந்துகொள்ளும் என்ற நட்பின் புரிதலை **“இன்றும் நண்பனே”** கவிதையில் மிகச் சிறப்பாக உணர்கிறேன். அப்பாவிற்கு மட்டுமல்ல இக்கால முதிர் பெற்றோர்கள் அனைவருக்கும் பொருந்தும் **"அப்பா"** கவிதை. முடியட்டும் என்று விட்டிருந்தால் விடிந்து பல நாளாயிருக்கும். ஆம் சில நேரங்களில் **"ஆறுதல் பிழை"** தான்.

ஒரு எழுத்தாளனாக சமூகம், உறவுகள், காதல், நட்பு, மொழி சார்ந்த அரசியல் என பன்முகக் கலவையோடு தம்மால் முடிந்த அளவிற்கு இச்சமூதாயதிற்கு தன் எழுத்துக்கள் மூலம் நல்ல கருத்துக்களை, சுவை மிகு கவிதைகள் மூலம் கொடுத்துக்கொண்டிருக்கும் கவிஞர் மற்றும் நண்பர். திரு. இராம பாரதியின் **“அன்பெனும் ஆறுதல்"** எனும் இக்கவிதைத் தொகுப்பு அனைவரையும் சென்றடைந்து கவிச்சுவை தர விரும்புகிறேன், மேலும் இன்னும் பல கவிதைத் தொகுப்புகளை படைக்க எழுத சகதோழனாய் வாழ்த்துகிறேன்.

இப்படிக்கு,

இல. கிருஷ்ணமூர்த்தி.

திருச்சி.

என்னுரை.

இந்த கவிதைத் தொகுப்பை வாசிக்க வந்திருக்கும் தங்களுக்கு எனது அளவுகடந்த அன்பினை சமர்ப்பணம் செய்வதில் ஆறுதலடைகிறேன். எனது முதல் பொதுக்கவிதை நூலான "**மனம் ஒரு மனிதன்**" நூலுக்கு நல்ல வாசகர் வட்டம் உருவாக்கிக் கொடுத்த என் எழுத்தை நான் வணங்குகிறேன், வாசகர்களையும் பணிவோடு வணங்குகிறேன். பின்பு அதனைத் தொடர்ந்து வெளியான இரண்டாவது நூலான "**நிலவோடு விண்மீன்கள்**" உங்கள் கைகளில் தவழ்வழந்து என்னை மகிழச்சியூட்டியது இன்றும் பசுமையாகவே எனது மனம் நினைவுகளை அசைபோடுகிறது. அதன் தொடர்ச்சியாகவும் அடுத்த கவிதைத் தொகுப்பு எப்போது என்ற ஆர்வத்தை வெளிப்படுத்திய என் அன்பு வாசகர்களுக்கும் இதோ எனது மூன்றாவது கவிதை தொகுப்பான "**அன்பெனும் ஆறுதல்**" நூல் தங்கள் திருக்கரங்களில் வீற்றிருப்பதை நினைத்து மகிழ்கின்றேன்.

இதுவரை படித்த தமிழும், பலமுறை பெற்ற அனுபவமும், சொல்லையும் கருத்தையும் முறையே, இழையோடி வந்த எண்ணங்களை காகிதத்தில் பதிக்கும் பழக்கம் கொண்ட எனக்கு, இக்கவிதை நூலை வாசிப்பவர்களுக்கு ஏதாவது ஒரு தலைப்பு கொண்ட கவிதையோ அல்லது ஏதாவது ஒரு வரியோ நல்ல எண்ணங்களைத் தூண்டும் என்ற நம்பிக்கையோடு அன்பு பரிமாறுகின்றேன், இந்த "**அன்பெனும் ஆறுதல்**" வாழ்க்கை இறுகப் பற்றும்போதெல்லாம் தங்களுக்கும் எனக்கும்

ஆறுதலாகவும், இருக்கும் என்ற எண்ணத்தோடு, அன்பினை பரிமாறுகிறேன் , அன்பு கொண்ட உள்ளங்கள் கிடைக்க யாசிக்கிறேன்.

இந்நூலுக்கு வாழ்த்துரை வழங்கி, இந்த எளியவனுக்கு சிறப்பு சேர்த்த மாபெரும் தமிழ்ப் பற்றாளர், தமிழ்ச் செம்மல் புலவர் திரு. **இரெ. சண்முகவடிவேல்** ஐயா அவர்களுக்கு எனது பணிவான வணக்கமும் நன்றியும் உரித்தாகுக. இந்நூலுக்கும் சேர்த்து எனது அனைத்து எழுத்துப் பிழைகளையும் திருத்தி உதவிய ஓய்வுபெற்ற தலைமை ஆசிரியர் **திரு. திருஞானசம்பந்தன்** - கருணாம்பாடி, அவர்களுக்கும், காவல்துறை பணியிலிருந்துகொண்டே தமிழ்ப் பணியும் செவ்வனே செய்துவருபவரும், தமிழக அரசின் “தூய தமிழ்ப் பற்றாளர்” விருது பெற்றவருமனான கவி ரசனை மிகுந்த, இந்நூலுக்கு அன்பும் அன்புரையும் வழங்கி சிறப்பு செய்த **திருமதி. ஞான ஷைலா மேரி** அவர்களுக்கும், கவி ரசித்து, பிழை திருத்தி, அணிந்துரையும் அணிவித்த இனிய நண்பர், சிறந்த (ஹைக்கூ) குங்கவிதைப் படைப்பாளியுமான **திரு. இல. கிரிஷ்ணமூர்த்தி** - திருச்சி, அவர்ளுக்கும், இந்த எளிய மனிதனுக்கும் பெருந்தன்மையோடு வாழ்த்துரை வழங்கிய மதிப்பிற்குரிய **கலைமாமணி திரு. ஜாகுவார் தங்கம்** - தயாரிப்பாளர், ஸ்டண்ட் இயக்குனர், இயக்குனர், நடிகர், எழுத்தாளர் மற்றும் பாடல் ஆசிரியர் அவர்களுக்கும் இந்நூல் சிறப்பாக வெளிவர உதவிய நோசன் ப்ரெஸ் பதிப்பகத்தாருக்கும், வாழ்வில் எனக்கு எப்போதும் துணையாய் இருக்கும் **என் குடும்பத்தினருக்கும்**, **உறவினர்களுக்கும்**, எப்போதுமே

இனிக்கும் என் எல்லா நண்பர்களுக்கும் அன்பு மலர்களை இவர்கள் பொற்பாதம் தூவி வணங்கி மகிழ்கின்றேன்.

அன்பு வலை வீசி, ஆறுதல் படும் என்று காத்திருக்கிறேன், கிடைப்பதை தங்களுக்கே பகிர ஆவலோடும் அன்போடும்.

சென்னை - 600064 - இராம பாரதி.

ramabharathi.kavithaigal@gmail.com

1. எழுத்தாளன்

பல தலைமுறைகளை கடந்து
ஒரு எழுத்துப் படைப்பு,
காலம் காலமாய்
மக்கள் மனதினில் நிலைபெற
ஒரு எழுத்தாளன்,
தன் செயலிலும், வாழ்விலும்,
தான் எழுதிய நல்லொழுக்க நெறிகளோடு
ஒழுக வேண்டுமாம் .. ..

உணர்ந்து சொல்கிறேன் உண்மைதான்...
எனவே தான், எனவே நான் ,

காப்பகத்தில் என் பெற்றவர்கள்
காலமாகும் நாள்வரையில்
கவிதை எழுதப் போவதில்லை.

இவண்
இக்காலத்தையே
கடக்கமுடியாத
இக்கட்டான கவிஞன் . . . .

2. எழுந்துவா என் தோழா

பிறந்த இடமது எதுவானாலும் - நம்
வளர்ந்த பருவம் வருத்தம் தந்தாலும்,
கனவுகள் கூட்டிட களமில்லாத போதும்,
வாழ்க்கை ஒன்று தான் வசப்படுத்து என் தோழா ...

வறுமை நம்மை வாட்டி வதைத்தாலும்,
சிறுமை பேசும் உறவுகள் சூழ்ந்தாலும்,
வழியே இல்லையென வாழ்வே சொன்னாலும்,
திறமை நமைக்காக்கும் திடம்பெறு என் தோழா .. ..

நிகழ்வுகள் நம்மை நிலைகுலைத்தாலும்,
நினைவுகள் புகுந்து களைப்புத் தந்தாலும்,
விரிந்த உலகம் பயமே தந்தாலும்,
இருப்பது ஓர் வாழ்க்கை இனித்திடச் செய் என் தோழா...

வந்து பிறந்ததாய் வருத்தம் வேண்டாமே..
வந்ததே வாழத்தானே வறுமைகள் வீழச்செய்வோம் ..
செம்மையை நோக்கி நம் சிந்தனையை மீளச்செய்வோம்
..
உண்மையில் உழைப்பு நம்மை உயர்த்திடுமே என்
தோழா..

நம்மை நாம் புதுப்பிக்க மனம் நாட வேண்டும்
நம் சுற்றம் காத்திடவே அது நாடி உதவும்
வெம்மை சுடுவதாய் வெளியேறிவிட்டால்
தங்கம் அணிந்திட தகுதியாகுமோ என் தோழா?

எழுந்து நடப்போம் கற்கள் விலகும்
முட்கள் உடையும், புற்கள் தேயும்
புதிய பாதை நம்மால் விளையும்
பூக்கள் தூவி நம் வாழ்வே மகிழும்.

எழுந்துவா என் தோழா .. .. ..

3. மதிப்பு மிகு மழலைகள்

பெருந்தொற்று காலம் சூழ்ந்துவிட -நம்
பெரு நிலம் அதனை எதிர்கொள்ள
முன்களப் பணியில் தாய் இருந்தாள்
மூத்தவர் கையில் சேய் இருந்தாள்.

அம்மா எங்கே போனாய்? - நான்
அழுகைத் துணையாய் ஆனேன்
அன்பே பொழிந்தாய் வெகுநாளாய் - நான்
அதுவே நிரந்தரம் எனக் கிடந்தேன்

தொழில் உன்னை துரத்தியதோ? - அம்மா
தொற்றின் சூழல் வருத்தியதோ?
தனிமைப் படுத்தி நீ இருக்க - அம்மா
தனிமை என்னைப் படுத்தியதே...

பற்றிப் பிடிக்க ஓடிவந்தேன் - நீயோ
தொற்று வருமென தூரம் போனாய்
முத்தம் கொடுக்கும் பாட்டியிடம் - நீயோ
மொத்தமும் என்னை ஒப்படைத்தாய்

ஏதோ குறையாய் நான் உணர - இங்கு
நானே தேய்ந்து நிற்கின்றேன்.
ஏனோ அம்மா வரவில்லை - என்று
நானே அழுது கிடக்கின்றேன்

பத்து முத்தம் கொடுத்தாலும் - பாட்டி
பாசத்தோடே தருகின்றாள்.
நீ அன்பு தோய்த்துத் தருவாயே - அம்மா
அந்த முத்தம் தான் வேண்டும்.

பிடிவாதக் காரி நானென்பாய் - நீயோ
பிடிவாதமாய் பணிக்குப் போகிறாய்
பிடி சோறு ஊட்ட முடியாமல் - பாட்டி
பித்து பிடித்தவளாய் திரிகின்றாள்.

அடி ஏதும் போடத் தெரியாமல் - பாசப்
பொடிவைத்து மயக்கப் பார்க்கின்றாள்
அடி ஒன்று உன்னிடம் வாங்கத்தான் - நானோ
அடம் பிடித்துக் கூடப் பார்க்கின்றேன்.

பாட்டிக்கு பல முத்தம் வைத்தேன் - அந்த
சுருங்கிய தோல் கன்னம் சிவந்திருக்கு
உனக்குக் கொடுக்கத்தான் ஈரமுத்தம் - அம்மா
எத்தனை நாளாய் காய்ந்திருக்கு.

சேவை பொதுநலம் என்கின்றார் - புரிகிறது
சேயை எதற்கு ஈன்றெடுத்தாய்?
ஊர்தான் முக்கியம் என்பவளே - உன்
ஊதியம் இங்கு எனக்கெதற்கு.

பணம் தான் அவசியம் என்கின்றாய் - அம்மா
பாசம் தான் உன்னைக் கேட்கின்றேன்.
பட்டினியாய் கூட இருந்திடுவேன் - அம்மா
பாட்டியோடு நீயும் உடன் வேண்டும்.

வளர்ந்துவிடாத சிறு குழந்தை - அது
மனதில் பட்டதை சொல்லிவிடும்
தவறென யாரும் நினைப்பதென்றால் - மனம்
மதிப்பு மிகு மழலைபோல் இருந்து பாரும்.

4. காதல் .. ரி.. றி..

காதலில் தோற்பது தான் கவிஞனுக்கு சரி
கவிதை நெருப்பேற்ற அதுதானே பொறி

வலிகொண்டு வாழ்வதே வாழ்க்கைஎன அறி
சுகமான வலியொன்றை சுமப்பதுவே சரி

பார்வை நேர்க்கோட்டில் மோதியதன் பொறி
பருவத்தில் ஏற்றியது காதலெனும் திரி

உள்ளம் கலந்திட ஒன்றையொன்று அறி
அறிந்து தெளிவதுதான் அனைவருக்கும் சரி

அனல் உள்ளம் குளிர்கிறது அதைக்கொஞ்சம் எரி
அன்புக்கு முலாம்பூசி அழச்சொல்லி சிரி

வலிக்கு மருந்து வேண்டி எழுதுகிறேன் வரி
தருவாளா என்னவளும் வலிசுமக்கும் பரி

நித்தம் நித்தம் காதலித்து மனம் ஆனது தறி
இறுதியில் பிரிவது எந்த வகையில் சரி?

காதலித்த காலங்கள் கடந்ததுவே சரி
நினைவுகளே சுகமென நீயும் என்போல் அறி

தோற்றுவிட்ட காதலர்க்கு வலை கொண்டு விரி
மணம்கொண்ட மனங்கலெல்லாம் மழலைப் பெயர்க்கு வரி

மீதமுள்ள காதலர்கள் தப்பிவிட முடியாது புரி
கவிதை கொட்டும் சந்தைக்கு காதல் மாடு வந்துவிடும் அறி

காதல்வயப் பட்டவர்கள் கட்டவேண்டும் அரசுக்கு வரி
மது விற்று வரும் வரி மிகையாகாதென் அரசே அறி.

5. நட்பும் காலமும்

உள்ளம் அழகியனே
உருவமுள்ள ஆண்டவனே
நண்பனைக் காணாமல்
நலமிழந்த நல்லவனே

நீதானோ மடல் போட்டாய்?
ஐயம் கொண்டேன்
நிதானித்து வரிகள் கண்டு
நிசமறிந்தேன்

தாடியில் வந்துதிக்கும்
வெண் முடிபோல் - நீ
வெறுத்தாலும் உன்நினைவில்
நான் வருவேன்

நெற்றியிலே
அனுபவத்தின் கோடுபோல
உன் நெஞ்சுக்குள்ளே
நானும் ஒரு வரியல்லவா?

காணாமல் வாடுகின்ற
கண்கள் கண்டு -உன்
கண்ணுக்குள்ளே எனைப் பார்த்து
நான் ரசித்தேன்

நினைவு வந்து
உந்தன் நெஞ்சில் - தவழ்கின்றதோ?
நண்பன் வர வில்லையென
அழுகின்றதோ?

நலம் கேட்க நண்பனுக்கு
நாட்களானதோ?
பண்பாடு தமிழனுக்கு
பாரமானதோ?

உளம் நாடி என் நினைவு
ஓடிவந்ததோ?
காலப் போரில் நட்புக் குதிரை
பலமிழந்ததோ?

காலம் வர வேண்டுமென
தவம் கிடந்தாலும்
கணக்கொன்று காலம் தான்
போட்டுவிடுகிறான்

விடையெல்லாம் தவறென்று
நாம் அழுகிறோம்
விதி என்று சொல்லிவிட்டு
அவன் போகிறான்

நானும் வர தூரமில்லை
நண்பன் வீடு தான்
காணும் வரை
நட்பு கூட கானல் நீரு தான்

காரணங்கள் சொல்வதினால்
பயனில்லையே - உன்
கண்ணில் உள்ள கோவமொன்றும்
தவறில்லையே

மீண்டும் ஒரு
வாழ்வு வர வாய்ப்பில்லையே
மீண்டு வரும் நட்பு
அதில் ஐயமில்லையே

கையெழுத்தில் நடுக்கமதில்
காரணமென்ன? -நண்பா
வருத்தம் மட்டும்
நிரந்தரமா பாரமுமென்ன?

உருவத்தினில் உன்னைப்போல
நானும் ஆகினேன்
புருவத்தை நீ உயர்த்துகிறாய்
புன்னகைக்கிறேன்

வருவதற்கு வழியில்லாமல்
இல்லை நண்பனே
வராவிட்டால் நட்பு என்ன
வாடிப்போகுமோ?

தருவதற்கு இல்லாமல்
போனதில்லையே - அன்பு
தந்து தந்து எனை வளர்த்த
தத்துவம் நீயே

பெறுவதற்கு மட்டும் தான்
காத்திருக்கிறேன்
பெற்றுவிட்டால்
அன்பு கூட அழகுப் பிள்ளையே

அவ்வளவே அன்பு என்று
அடக்கி வைக்க முடியாது,
இவ்வளவே துன்பமென்று
இறக்கிவிட முடியாது

எவ்வளவு பணிச்சுமைகள்
தலைக்கு வந்து சேர்ந்தாலும்,
நண்பனுக்கு பாசமென்ன
அளவு குறைந்து போகுமா?

நாளும் கிழமை பார்த்துதான்
நானும் நீயும் சேர்ந்ததா?
நல்ல நேரம் கெட்ட நேரம்
நட்புக்குள்ளே ஏதடா?

அனுபவத்தால் பக்குவங்கள்
அதிகம் கூடிப் போனதே
அன்பு பாசம் இரண்டும் கூட
அதினில் ஒன்றாய் ஆனதே

ஆட்டம் போட்ட காலம் மட்டும்
மகிழ்ச்சி என்று இல்லையே
கடைசிக் காலம் கண்ணீர் கண்டு
கைகள் கோர்த்தால் அது எல்லையே .

நேரில் கண்டால் பேசிவிட
என்ன உள்ளது
காகிதத்தில் முடிக்க முடியா
நினைவு உள்ளது

ஊரை விட்டு ஊருக்கு
ஓடிப்போனேமே
கூத்துப் பார்க்க குதூகலமாய்
கூடிப் போனேமே

ஆளுக்கொன்றாய் காரும் இன்று
வாங்கிவிட்டோமே
நேரில் பார்க்கும் நேரத்தைத்தான்
தொலைத்துவிட்டோமே

காட்டுக்குள்ளே கள்ளிப்பழங்கள்
கண்டு தின்றோமே
கையில் குத்திய முல்லை எடுக்கக்
களைத்துப் போனேமே

கையைத் தட்டினால் எல்லாமிங்கே
பையில் வருதேடா
கள்ளிப்பழமும் முள்ளும் வந்தாலும்
நண்பன் வருவானோ?

வெள்ளித்திரையில் வேடிக்கைப் பார்க்க
இரவில் போனேமே
விடியுமுன்பே வீட்டிற்கு வந்தும்
அடிகள் பெற்றோமே

திரைகள் கூட வீட்டுக்குள்ளே
வந்து விட்டதடா - இன்று
மகிழ்ச்சி மட்டும் நண்பனோடே
சென்று விட்டதடா

ஏரிக்குள்ளே மீன்கள் பிடித்தோம்
நினைவில் இருக்குதா - இன்று
எத்தனையோ மீன்கள் இருக்கு
ஏரி இருக்குதா?

பாருக்குள்ளே நம்மைப் போல
நட்பு இல்லையே - இன்று
பார் முழுதும் நம்மைப் போலதான்
நட்பு இருக்குதோ?

வயது கடந்து வாழ்வதற்கு
வாழ்க்கை இருக்குதா?
வா(டா) நண்பா நினைவைத்தானே
தின்று வாழனும்..

பூமரங்கள் வாசணைகள்
வீசியதாலே அன்று
இலையுதிரும் காலம் வருமென
எண்ணவில்லையே

காய்களோடு கனிகளெல்லாம்
காலத்தோடு தந்தாலும்
பூத்திருந்த காலத்தைப்போல்
புன்னகை இல்லையே டா .. ..

6. இன்றைய முதுமை

காசு கொடுத்தோ கடனாய்ப் பெற்றோ
கற்றுக்கொள்ள முடியாது - மனிதம்,
பிறக்கும்போதே விதைக்கப் பட்டு
பாசம் ஊட்டி வளர வேண்டியது

அதைத் துளிர்க்க விடுவதும்
அல்லது தவிர்த்து விடுவதும்
அவரவர் மனசாட்சி அனுமதிப்பது
அறமென்று அதற்கொரு பெயரிருக்குது

அற வழியில் போகத்தான் மனம் சொல்லுது
அது என்ன சுகத்தினை தரப்போகுது
புது யுகத்தில் புகுந்துவிட்ட நாங்களெல்லாம்
போகும் வழியே அறமென்று புத்தி சொல்லுது

வகுத்தபடி வாழ்வதற்கு நேரமில்லையே
பகுத்தறிவு வந்துவிட்ட காரணத்தினால்
பக்திக்கும் பயமின்றி போனதினாலும்
தவறெல்லாம் சரிஎன்றே மனம் போகுது

நானென்ற வட்டத்தை உள்ளடக்கியே
நாமென்ற வட்டமும் வரைந்து கொண்டுமே
ஈன்றாரை வட்டத்தின் வெளியிலே விட்டு
வாழ்வாரே இன்றைக்கு மிக அதிகமே

சகிப்புத் தன்மை இல்லாமல் போனதினாலே
உறவுகளை சேர்த்துக்கொள்ள நாடுவதில்லை
பெண்டாட்டிப் பிள்ளை மட்டும் உலகமானதோ
பெற்ற தாயும் தந்தையுமே சுமையாய்ப் போனதோ?

எங்கிருந்து வந்தோமென நினைப்பதே யில்லை
எல்லோருக்கும் முதுமை வரும் புரிவதே இல்லை
முன்னோர்கள் அறம் நாடிச் செய்த வாழ்க்கையை
முடித்து வைக்க வந்ததுதான் நாகரீகமோ?

பெற்றோர்கள் முதுமை நோக்கிப் போனதினாலே
மூலையில் ஒதுக்கி அவரை முடக்கி விடுவதோ
வேலையில்லை காசுஇல்லை என்பதனாலே
மனிதம் இல்லை என்று சொல்லி மறுத்துவிடுவதா?

இருக்கும்போது தண்ணீர் கூட கொடுக்க மறுக்கின்றார்
இறந்த பிறகு கண்ணீர் விட்டு விழுந்து துதிக்கின்றார்
புகைப்படத்தில் மாலை போட்டு பொங்கி அழுகின்றார்
போனவரோ காக்கை வடிவில் திரும்பி வருகின்றார்?

குதித்தோடி குழந்தைகளுக்கு சொத்துச் சேர்த்தவர்
படிக்க வைக்க பணமும் கட்டி முயற்சி செய்தவர்
பாசமெல்லாம் கொட்டிக் கொட்டி வளர்த்து விட்டவர்
திருப்பிக் கேட்கக் கூடாதென்று துறத்திவிடுவதா?
எதற்காக குடும்ப அமைப்பு புரிவதில்லையே- பெற்றோர்
பெற்று போட்டால் போதுமென்று விடுவதில்லையே -
இன்று
திருமணத்தை செய்துகொண்டு வாழ்க்கை
தொடங்கினால்

மனசு அறம் செய்ய மட்டும் ஏனோ அழுது புலம்புது

மரம் கூட வளர்த்தவனுக்கு பயன் செய்யுது - தெரு
நாய் கூட நினைவிடத்தில் நின்று அழுகுது - சில
மனிதன் மட்டும் தான் தாயை உதறி விடுகிறான்
ஆதரவின்றி தந்தையையும் தெருவில் விடுகிறான்

நிலையில்லாத வாழ்க்கையடா இளமைச் சிங்கமே
நீயும் ஒருநாள் வரவேண்டும் முதுமை ஊருக்கு
பசியில்லாத வாழ்க்கை உனக்குப் பெற்றோர் ஆக்கினர்
பாசமில்லாப் பொழுதுகளை நீ ஏன் வழங்கினாய்?

இறைத் தன்மை என்னவென்று புரிதல் இருக்குதா?
வினை செய்தால் திரும்பி வரும் மறந்து போனதா?
இறைவனில்லை என்று இங்கே இருக்கும் பலரிலே
மனசாட்சி என்ற ஒன்று மரித்துப் போனதா?

7. எண்ணங்கள்

இருக்கும் வரை வரவில்லை
வழி மாறிப் போன சொந்தங்கள்
இறந்துவிட்டேன் என்றவுடன்
இறுதியாய் முகம் பார்க்க
உருகி ஓடி வருகிறார்கள்
முகம் மாறிப் போனதென்று
அகம் உருகி அழுகிறார்கள்
முதல் மாலை எனதென்றும்
இறுதி மாலை எனதென்றும்
எண்ணம் சிலர் கொண்டார்கள்
பகுதி வாழ்க்கை வாழ்ந்தவர்கள்
பாதை மாறிப் போனபின்பு
இறந்த செய்தி கிடைத்ததுமே
எந்த வழி வந்தனரோ?
என்ன துயர் உற்றனரோ?

இடையில் ஒரு நாள்
வந்திருக்கலாம்
இடைவெளியை நம்மில்
குறைத்திருக்கலாம்
இறுகிப் போன நெஞ்சுக்கு
பருக நீரேனும் தந்திருக்கலாம்
இப்படி அசைவின்றி நானும்
இருந்திருக்க வாய்ப்பில்லை
எழுந்து இதைச் சொல்ல
இன்றைக்கும் வாய்ப்பில்லை

எத்தனை பிணங்கள்
இது போல என்னுமோ?

நான் இறந்தவனைத்தான்
சொல்லுகிறேன் .. .. ..

8. சில சொந்தங்கள்

சோகத்தின் பிடியில் ஒருநாள் - நான்
சுழன்று களைத்து நின்றிருந்தேன்
ஆகட்டும் அது என்ன செய்யும் - என
ஆகமட்டும் வலி பொருத்திருந்தேன்.

சோகமாய் இருப்பதாய் தெரிகிறதே - என
சொந்தம் ஒன்று அருகில் வர,
சொல்வதால் வேதனை குறையாது - எனவே
சுகமாய் இருப்பதாய் சொல்லிவிட்டேன்.

போய்விடும் துயரம் என்பதனால் - நான்
பொறுமை காத்து முயற்சித்தேன்
ஆகட்டும் என்று அவர் சென்று - அடுத்த
வீட்டில் நுழைந்து விட்டார்.

ஆபத்துக்கு உதவ வேண்டுமென்றும் - அது
ஆனந்தம் என்றாலும் கூடுமென்றும்
முறை செய்யும் வழக்கம் வைத்தாரே - நம்
முன்னவர் சொந்தங்கள் செய்தாரே.

அதையே வழக்காய் வைத்துக்கொண்டு - இன்று
அப்படி சொந்தங்கள் இருப்பதில்லை
எதையோ எண்ணத்தில் ஏற்றிக்கொண்டு - இவனை
எப்படிப் பழிப்பதென்று எண்ணுகின்றார்.

வீட்டில் திருமணம் வைத்திடுவார் - அன்று
விரைந்து சொந்தங்கள் கூடி வரும்
ஒவ்வொன்றும் ஒரு வேலை செய்யும் - விழா
ஒவ்வொரு மனதிலும் குடியிருக்கும்

கொண்டாட விரைந்த சொந்தங்கள் - இன்று
கண்டால் போதுமென கலைகின்றார்
கண்டதற்கு சாட்சி வேண்டுமென்று - ஒரு
புகைப்படதில் புன்னகை காட்டுகின்றார்.

கூடி மகிழ்ந்த சொந்தங்கள் - ஏனோ
மகிழ்ச்சியை பகிர மறந்தார்கள்
கூடுவதை மட்டும் வைத்துக்கொண்டு - ஏனோ
குறை சொல்லும் வழக்கம் கொண்டார்கள்?

ஆடை ஆபரணம் ஒப்பிடவே - சிலர்
அழைக்காமல் கூட வந்தார்கள்
அழைப்பு கொடுத்தும் சொந்தம் - சில
மரியாதை குறைவென்று நின்றார்கள்.

முறை என்ன செய்தார் எனப் பார்த்து-பலர்
அதையே செய்துவிட்டுப் போனார்கள்
அதுக்கு அதுவென்று செய்பவரே - சிலர்
அன்புக்கு எதுவென்று ஏன் மறந்தீர்?

உள்ளத்துள் உள்ளது யாரறிவார் - இங்கு
உதட்டில் மட்டுமே புன்னகையாம்.
எண்ணத்தில் ஏதோ வைத்துள்ளார் - சிலர்
ஏன் தான் சொந்தம் என அறிந்திலார்.

சொந்தங்கள் உன்னைச் சூழ்ந்துவிட - இன்று
செல்வத்தின் துணைதான் உதவிடுமே.
செல்வங்கள் அவர்க்கும் சேரத்தானே - சில
சொந்தங்கள் உமக்கு உதவிடுமே.

எதிரியும் கூட சில நேரம் - நம்
எண்ணத்தில் ஒன்றிப் போய்விடுவான்
சில சொந்தங்கள் மட்டும் ஒருபோதும்
எண்ணங்கள் ஒன்றி வாராது.

கொள்கை வேறுபாடு கொண்டிருப்பான் - எதிரி
வென்று முடிக்கவே நின்றிடுப்பான்
எந்தன் கூடவே வருவதுபோல் சில - சொந்தம்
என் எதிரி முந்தவே துணையிருக்கும்.

ஏதும் இல்லையெனக் கேட்டாலோ - இங்கும்
இல்லை எனச் சொல்லிவிடும்
அவனிடம் இல்லையாம் என மகிழ்ந்து - சொந்தம்
அனைவரிடத்திலும் மென்றுவிடும்.

முன்னோர்கள் வந்து பார்த்துவிட்டால் - இன்று
முகம் சுளித்து மீண்டும் மாண்டிடுவார்,
என்னடா வழக்கம் மாற்றிவிட்டீர் - இங்கு
இதற்கா நாங்கள் சொந்தம் வைத்தோம்?

ஒப்புக்குச் சொந்தங்கள் தேவையில்லை
ஒன்றுக்கும் உதவாமல் வாழ்க்கை இல்லை
என்றைக்கும் அன்பே துணையிருக்கும்
என்பதை அறிந்தவனே போதுமடா

உண்பதே வாழ்க்கை யென கொண்டவர்கள்
அன்புக்கு அர்த்தங்கள் அறிவதில்லை
சுயநலமே கொண்ட சில சொந்தங்கள்
என்றைக்கும் யாருக்கும் தேவையில்லை.

9. இளம் வயது இழப்பு

(கணவனை பிரிந்து கரைந்திடும் கைம்பெண்)

இவ்வளவு விரைவில் என்னை
இங்குவிட்டுப் போவாய் என்று
எண்ணவே இல்லை மாமா
எண்ணங்களும் வலிக்கிறதே

சொல்லிய சொல்லையெல்லாம்
உள்ளத்தில் வைத்திருக்கேன்
சொற்களை யாரிடம்போய்
சொல்லி என் மனம் உருக?

அள்ளி அள்ளிப் பூ முடித்த
அத்தானைக் காணாமல்
சொல்லிச் சொல்லிக் கூச்சலிட
சோகம் தந்த மாமாவே

பால் மறக்குமுன்னாலே மாமாவே - நான்
பாசம் வைத்து வந்தேனே உன்மேலே
பாசம் வச்ச நாள்முதலா தாய் நீயே - உனைப்
பார்க்காம இருந்ததில்லை மாமாவே

ஊருக்குப் போய்வான்னு சொன்னாலும்
உன்னை விட்டுப் போக மனம் கூடலியே
உலகம் விட்டே போயிட்டீங்க எசமானே - என்
உசுர மட்டும் காணலியே பெருமானே

தங்கக் குழந்தையோடு தாவிவந்து
தரைமேலே புடவையிலே உருண்டோமே
தாங்கிப் பிடிக்காம போனீரே - நாங்கள்
தேம்பி அழுவது கேட்கலியோ

இடுப்பிலே குழந்தை அழுகிறதே!
இருக்குமோ காலம் எங்களுக்கும்
இதற்குமேல் எதற்கு வாழ்க்கையோ - மாமா
இடுக்கண் துடைக்க நீ இல்லையே.. ..

படிக்கும் வயதில் நம் மக்களுக்கு - வாழ்க்கை
பிடிக்காமல் போகுமே நீயின்றி
எடுக்கும் ஒவ்வொரு முடிவிலும் - நீ
இல்லாமல் என்ன தான் செய்வேனோ

கடக்கும் ஒவ்வொரு நொடியிலும்
கிடக்கும் உங்களின் நினைவுதான்
நடக்கும் ஒவ்வொரு அடியிலும் - உன்
நினைவுத் தீ பாதத்தை பொசுக்குமே

வடக்கும் தெற்கும் புரியலியே - மாமா
வாழ்க்கை எனக்குப் பிடிக்கலியே
வாழ வந்த ஊரிலே என்னை மட்டும்
வழியில் விட்டுப் போனது நியாயம் தானோ?

பழகி வந்த நாட்களை எண்ணிப் பார்த்தால்
பாதி வாழ்க்கை கூட இன்னும் வாழலீயே
மீதி எந்தன் வாழ்க்கையோ சூழியம் ஆச்சு
ஈவு உந்தன் நினைவுகளே தெய்வம் சாட்சி

கையில் வைத்து கிளி வளர்த்து - மாமாவே
காட்டுக்குள்ளே போட்டுவிட்டு போனாயே
பழம் கூட பருகி உடல் காத்திடுவேன் - உன்
பாசமின்றி என் உயிரைக் காப்பேனோ?

வண்ணம் கொண்ட மலரோடு வாசம் போல
என்னோடு பாசம் கொண்ட மாமவே
வாழ்க்கை வெய்யில் சுட்டுடுச்சே - மாமாவே
வாசம் இல்லா மலர்போல வாடுறனே

வாசமில்லா மலர் எல்லாம் அத்தானே - கோவில்
வாசல் தாண்டி வந்துடுச்சே பழசுன்னு
கண்ணிருந்தே உன்னை என்னை பிரித்தாரோ - அந்த
கடவுள் தான் என்னை இனி காப்பாரோ?

வாடாமல் என்வாழ்வைக் காத்தவரே - இன்று
வாடாமல்லி மாலையிட வைத்தீரே
பூச்சூடிப் பூச்சூடிப் பார்த்தீரே - என்னை
ஒப்பாரிப் பா பாட வைத்தீரே?

கடவுளுக்கு அலங்காரம் பண்ணுவதாய்
கண்மறைக்கும் அளவுக்கு மாலையிட்டாய் -என்
கணவனே கண்மூடி விட்டாரே - அந்த
கடவுளினி கண்திறந்து என்ன பயன்?

குல தெய்வம் கும்பிடவே மாமாவே
பல நூறு மையில் கடந்தது போகணுமே
பக்க துணை நீயின்றி மாமாவே - எனக்குப்
பக்கத்து தெரு போக தெரியாதே.. ..

மஞ்சளும் குங்குமமும் வாங்கிவந்து
மதிமுகத்தாள் உனக்குன்னு தருவாயே - எனக்கு
மஞ்சள் வாங்க தேவை இல்லை என்றாலும்
மழலை பஞ்சு மிட்டாய் கேட்டுவிட்டால் எவ்வழியோ?

எனக்கும் சேர்த்து நீயே உழைத்தாய் எசமானே
காக்கும் சேவை எல்லாம் செய்தாய் பெருமானே
மாயை போல மறைந்துவிட்டாய் சரிதானோ
தாயும் இல்லை நீயும் இல்லை முறைதானோ?

சின்னக் குழந்தைகள் ரசித்தாயே
சிரமங்கள் தெரியாமல் வளர்த்தாயே
ஏதும் சொல்லாமல் மறைந்தாயே - நாங்கள்
கவலை கடை வைத்தோம் அறிந்தாயோ?

காலம் வந்தால் மாறும் எல்லாம் சொல்வாயே
மாறிப்போனதென் வாழ்க்கை தானே மாமாவே
ஆறிப் போன பின் ஆடை சேர்க்கும் பால்போலே
மாறிப் போனபின் வெறுமை சேர்ந்தது எனவாழ்வே

பாரில் இந்த முல்லைக் கொடிக்கு தேர் நீயே
நம்பி ஏறினேன் நகர்ந்து போனது சரிதானோ
தூறிப் போனபின் வாசம் வீசும் மண் போலே
தூக்கிக் கொடுத்தபின் துக்கம் பேசுதே சொந்தங்கள்

வாரி அனைத்து வழியும் கண்ணீர் துடைப்பாயா
வந்து மீண்டும் வாழ்க்கை ஒன்று கொடுப்பாயா
வா வா எந்தன் வாழ்வே மீண்டும் வருவாயா
வேண்டாம் இந்த உலகம் என்றே போனாயா?

கண்களில் ஈரம் ஊறுதே
கனவிலும் பாரம் ஏறுதே
கவலைகள் எல்லை மீறுதே
கவிதையில் சொற்கள் மாறுதே

மனதின் காயம் ஆறாமல்
மகிழ்ச்சி வந்து சேராமல்
மலரும் நினைவு இல்லாமல்
எந்தன் நிலைதான் ஆகுமோ?

இன்னொரு பிறவி இருக்குமோ? - மாமா
இப்படி உன் உறவு அமையுமோ?
இன்றைய நிலையே தொடருமோ?
இப்படியே வாழ்க்கை நீளுமோ?

மாலை கடந்தது இரவு வரும் - மாமா
இரவைக் கடந்தும் உறக்கமில்லை
காலை முடித்து மதியம் வரும் - மாமா
கவலை முடிய காலம் வருமோ

10. கண்ணே கலைமானே

பெண்ணே பேரழகே உன்னை எண்ணி தினம் உருகும்
மனமழகே
கண்ணே கண்மணியே உந்தன் புன்னகை எந்தன் குளிர்
வனமே
சந்தித்ததில் உனைதான் ரசிக்கிறேன்
சந்தங்களை இனிதான் கோர்க்கிறேன்
கோவைப் பழமே... என்னை கொத்தும் கிளியே...

பெண்ணே பேரழகே உன்னை எண்ணி தினம் உருகும்
மனமழகே

அழகே பதுமை ஒருகோடி அழகு
தாவணிப் பெண்னே அதில் நீ அழகு
நானோ புதிதானவன் நீ காட்டும் அன்போ களிப்பூட்டுது
யாரென்று அறியாமலே உன்னோடு என்னை மனம்
சேர்க்குது

பெண்ணே பேரழகே உன்னை எண்ணி தினம் உருகும்
மனமழகே
கண்ணே கண்மணியே உந்தன் புன்னகை எந்தன் குளிர்
வனமே
சந்தித்ததில் உனைதான் ரசிக்கிறேன்
சந்தங்களை இனிதான் கோர்க்கிறேன்
கோவைப் பழமே... என்னை கொத்தும் கிளியே...
பூவே உன்னை புத்தியில் வைத்தேன்

பூவை உனையே புரிந்திட துடித்தேன்
கவிதை நீயானாய் எந்தன் காதல் நீதானே
வா என்றென்னை கன்னழைக்குது போ என மனசு பூ பூக்குது

பெண்ணே பேரழகே உன்னை எண்ணி தினம் உருகும் மனமழகே
கண்ணே கண்மணியே உந்தன் புன்னகை எந்தன் குளிர் வனமே
சந்தித்ததில் உனைதான் ரசிக்கிறேன்
சந்தங்களை இனிதான் கோர்க்கிறேன்
கோவைப் பழமே... என்னை கொத்தும் கிளியே...

11. அச்சம்

நீ வந்துவிட்டாய் என்றதுமே
நாணப்பட தொடங்கிவிட்டேன்,
இன்னும் உன் பார்வை - என்னை,
என்னென்ன செய்யப்போகிறதோ? ..

12. பார்வை

எரிகின்ற தீயோடு
என்னை கொண்டு வார்த்ததைபோல்
நெஞ்சம் மூண்ட எண்ணங்களில்
நேர் பார்வை வீசுகிறாய்.
எனது உயிர்
கொஞ்சம் கொஞ்சமாய்
உருகுதடி. . . .
உனதோடு சேர்ந்து - புது
உருவம் பெற்று
வளருதடி .. .. ..

13. தாவணி

தடையென நினைத்து
தாவணி போட்டாய்,
இடை யருகே ஏன்
இடைவெளி விட்டாய்?

பார்வை இடைவெளியில்
பட்டதடி - புகுந்து
எண்ணம் என்னையையே
திட்டுதடி .. ..

14. வாழ்க்கை ஒருமுறை தான்

"ஒருமுறை தான் வாழ்க்கை" என்று
வலியுறுத்தி சொன்னாலும்,
உண்மைதான் உணர்ந்தேன் என்று,
உணர்ந்த அநேகர்களும்,
மறுமுறை இந்த வரிகளை கடக்கும்போதும்
ஆம் என்று சொல்லிவிட்டு
அடுத்த வேலைக்கு போகிறார்கள்...
எழுத்தாளனாய் கொஞ்சம் வலிக்கிறது,
எப்போது மாறும் இந்த பகட்டுச் சமூகம்...

15. வருத்தம்

ஆறுதல் தேடிதான் அழைத்தோம் - என்பதைச்
சொல்லமுடியாமலும் - அதைப்
புரிந்துகொள்ளாமலும் - சில
தொலைபேசி உரையாடல்
முடிந்துவிடுகிறது
வருத்தத்தின் உச்சம்.. ..

16. முரண்.

ஆழக் கிணற்றினில் பூனை
அழுகின்ற சத்தம் கேட்டு
இறங்க முடியாத நானும்
உறங்க முடியாத சிலரும்

அவசரமாய் அழைத்தது
தீ அணைப்புத் துறையினரை
விரைந்து வந்த வீரர்கள்
விழைந்து கிணற்றில் இறங்கினர்

குழந்தை ஒன்றை போலவே
பூனை அதனை தாங்கினர்
தூக்கிக் கொண்டு வந்தவரை
தோளில் தூக்கி வாழ்த்தினோம்

மனிதம் இன்னும் இருக்குதே
மனதும் அதனை ரசிக்குதே
வணிகம் ஆன உலகினில்
மனிதம் இன்னும் இருக்குதே

வீரர்களை வழியனுப்ப
விரும்பி சிலர் உடன் நடந்தோம்
கோழிகளும் ஆடுகளும் கூச்சலிடும்,
கறிக்கடையை தாண்டி, விட்டு வந்தோம்.

17. கண்ணீர்

கண்ணீர் வந்த காரணத்தை
காகிதத்தில் எழுதப் போனால்
காகிதமே கண்ணீர் விடக் கூடும்.

காரணத்தை சொல்லி இங்கே
ஊர் மனதை நோகவிட
யாருக்குமே ஆசையில்லை, எனவே

கண்ணீரைப் பற்றி மட்டும் இங்கு
உப்பிட்ட சொற்கள் சில
காகிதத்தில் ஒட்டி வைக்க வந்தேன்

எனக்கு ஒரு கவலையாலும்
உனக்கு ஒரு கவலையாலும்
கண்ணீர் வந்துவிடக் கூடும்

சிந்திய கண்ணீ ரெல்லாம்
சென்றது பூமிக்கென்றால்
நிலமே மூழ்கிவிடக் கூடும்

எனவே திசை திருப்பி
எதுவெல்லாம் ஏந்தியதோ
அதற்கெல்லாம் நன்றி சொல்ல வந்தேன்

கண்ணிலிருந்து உருண்டோடி
காதுக்கு ஈரம் பாய்ச்சி
தலையணைக்குப் பாய்ந்த கண்ணீர் கொஞ்சம்

அந்த தலையணைக்கு நன்றி பல,
கண்ணீரை கடத்தி விட்ட
காதுக்கும் நன்றி பல,

கன்னத்தில் இறங்கி கொஞ்சம்
கழுத்துக்குப் போகும்போதே
காற்று வந்து காய வைக்கக் கூடும்,

உலர வைத்த காற்றுக்கும்
ஊருள வைத்த கன்னத்திற்கும்
கழுத்திற்கும் சேர்த்தே நன்றி பல.

உயிர் பிரிந்த உடல் கண்டு
ஒப்பாரி வைக்கும்போது
பூ மாலை கண்ணீரை வாங்கும்

பூதவுடல் மேலிருக்கும்
பூமாலை பூவுக்கும் நன்றி
பூவோடு நாறுக்கும் நன்றி பல.

தோள்கொடுக்க வந்தவரின்
தோள்மீது சாய்ந்த முகம்
கண்ணீரைத் தோள்மீது வார்க்கும்

தோள்கொடுத்த தோழமைக்கும்
தோழமையின் தோள்களுக்கும்
கண்ணீரே வந்து சொல்லும் நன்றி பல.

கன்னத்தில் கொட்டிவிட்ட கண்ணீரை
கை நீட்டி துடைத்துவிட சிலர் வருவார்
துடைத்துவிட்டு நெஞ்சோடு அணைத்திடுவார்

கை நீட்டி துடைத்துவிட வந்தவருக்கும்
நெஞ்சோடு சேர்த்தனைத்த மாந்தருக்கும்
துடைத்துவிட்ட கைகளுக்கும் நன்றி பல

ஊற்றென்று பொங்கிவரும் கண்ணீரை
ஊரார் பார்த்துவிடக் கூடாதென்று
நீர் வார்த்து முகம் கழுவும் நேரங்களில்

கண்ணீரைக் கரைத்துவிட்ட தண்ணீரே
கண்ணிலிருந்து வருகின்ற தண்ணீரே
இரண்டையும் ஒன்றுசேர்த்து நன்றி பல

சோகத்தை வார்த்துவிட்ட கடிதத்தில்
ஒன்றிரண்டு சொட்டிவிட்ட கண்ணீரை
எழுத்துக்கள் கலைந்தாலும் கடிதம் தாங்கும்

கண்ணீரில் கரைந்துபோன எழுத்துக்கும்
கரைந்த எழுத்தை கண்டுகொண்ட மனதுக்கும்
கடிதத்திற்கும் சேர்த்தே நன்றி பல.

தொண்டையை துக்கம் அடைத்து
கண்களை கலங்கச் செய்து
கண்ணீர்த் தேக்கி நிற்கும் கண்கள்

கண்ணீரை சுரந்துவிட்ட கண்கள் சுற்றி
உதிர்க்காமல் தேக்கிவைத்த இமைகளுக்கும்
கண்களுக்கும் சேர்த்தே நன்றி பல

சொந்த கைகளே யோசித்தபோது
முந்தி வந்து கண்துடைக்கும் முந்தானை,
ஆண்களிடம் அதன் பெயர் கைக்குட்டை

கண்ணீரைத் துடைக்க முந்தியதற்கும்
கைக்கு முன்பாக வந்த அதற்கும்
கைக்குட்டைக்கும் சேர்த்தே நன்றி பல

அழுவது யாரும் அறியாவண்ணம்
தனிமையில் சோகம் கரைக்கும்போது
ஆறுதல் சொல்ல வானம் கூட அழுவும்

கண்ணீர்த்துளிகள் இணையும்
வந்த மழைக்கும் நன்றி பல
வானத்தின் சோகத்திற்கும் நன்றி பல

கால்சட்டை போடாத காலந்தொட்டே
கைச்சட்டை இல்லாத வயதின் போதே
தன் கையே தன் கண்ணீர் துடைக்க வரும்

தன் கையே தன் கண்ணீர் துடைக்கும்போது
அழுதுவிட்ட பிறகு ஒரு துணிவு வரும்
அதுவன்றோ கவிஞனுக்கும் வாழ்வு தரும்

எங்கெங்கோ எதனுடனோ அழுதுவிட்டோம்
அழுதுவிட்டு கண் துடைத்து எழுந்துவிட்டால்
அன்று முதல் வழி யொன்று புலப்படுமே

அதற்குத்தான் ஆன மட்டும் நன்றி சொன்னேன்
ஆகட்டும் நன்றி சொல்லி கண்துடைப்போம்
எழுந்து விட்ட எல்லோரும் கை கோர்ப்போம்.

அழுதுவிட்ட கண்ணீருக்கு ஆதாரம் உண்டு
அதை அடித்தளமாய் மூடிவிட்டு வாழ்க்கையை கட்டு
பழுதுபட்ட வாழ்விற்கும் பல வழி உண்டு.

அழுது பட்ட துன்பம் மட்டும் விதிவிலக்கா
அதற்கும் ஒரு நன்றி சொல்லி முடித்து வைப்போம்
எதற்கும் கொஞ்சம் நன்றிகளை மீதம் வைப்போம்

இருக்கும் இரு கண்களை நாம் நம்பினாலும்
தூசு பட்டால் கூட அது பந்தி வைக்கும்
அதற்கும் இரு நன்றிகளை சொல்லிவைப்போம்.

18. மண வாழ்வு

மண வாழ்வு மகிழ்ச்சிதான்.. .. ..
கதாப் பாத்திரங்களின் வார்த்தைகளிலிருந்தும்
வீசப்படும் பாத்திரங்களிலிருந்தும்
தப்பிக்க கற்றுக்கொண்டால்

மண வாழ்வு மகிழ்ச்சிதான்.

19. இல்லாமல் போகட்டுமா

காலங்கள் மாறிவிட்டது
கடமைகள் சுமைகளானது
பாசமெல்லாம் கரைந்து போனது
சகிப்புத்தன்மை குறைந்துபோனது

நீ பேச வேண்டி மனசு ஏங்குது
நான் பேசினால் கோபம் வீசுது
நேரமெல்லாம் கையில் இருக்குது -உன் கை
எனக்கு மட்டும் தர மறுக்குது

கைப்பேசி எனக்கும் இருக்குது
தூரமெல்லாம் குறைந்து கிடக்குது
நானே கூட பேச முனைகிறேன்
உன் காது கேட்க மறுக்குது

வருவாய் பார்ப்பாய் என
வாசலில் காத்திருக்கிறேன்
யாரோ முறைப்பார் என்றோ
குனிந்தே உள் நுழைகிறாய்

முறைத்தேனும் பாராயோ
முகம் காண ஆசைப்படுகிறேன்
குரல் தாழ்த்தி கூட கேட்க வேண்டாம்
சைகையிலாவது சோறு போடேன்

நினைவுகளோ சுமையைக் கூட்டுது
உடல் நிலையோ தாங்க மறுக்குது
உணவைக்கூட ஏற்க மறுக்குது - மனம்
உனக்கு ஊட்டத்தான் இன்னும் ஏங்குது

கண்ணுறக்கம் நெருங்கவில்லையே - மனக்
களைப்பில் உடல் உறங்கவில்லையே
நினைத்து நினைத்து மனம் உருகியும்
பலனுக்காக நான் பண்ணியதில்லையே

சொல் என் மகனே சொல்
உன்னைவிட்டு போகட்டுமா
உலகம் விட்டே போகட்டுமா - நான்
இல்லாமல் போகட்டுமா .. .. ..

20. எதிர்மறை எண்ணங்கள்

என்னை எனக்கே பிடிக்கவில்லை
ஏன்தான் பிறந்தேன் தெரியவில்லை?
எதனிலும் எனக்கு விருப்பமில்லை
இது என்ன வாழ்வோ புரியவில்லை?

மண்ணை நிரப்ப வந்தேனோ?
மனதை நிரப்பி நின்றேனோ?
குப்பை சேர்ந்த கூடைபோல்...
தப்பாய் எண்ணம் சேர்த்தேனோ?

உப்பாய்ப் போன கடலைப்போல்
உள்ளம் உவர்ப்பாய் ஆனதுவே
அப்பால் உள்ள வாழ்வுக்கும்
அதையே அள்ளித் தருவேனோ?

கப்பம் கேட்கும் அரசைப்போல்
கண்ணீர் கேட்கும் வாழ்க்கையடா
கடனாய் நானும் கண்ணீர் வாங்க
அடகுவைத்ததும் வாழ்க்கையாடா

இன்பம் எதுவென புரியவில்லை
மகிழ்ச்சி இதுவென அறியவில்லை
எது எனக்கு வேண்டுமோ தெரியவில்லை
துன்பமும் இன்பமும் வேறு இல்லை

என்னை எனக்கே பிடிக்கவில்லை
ஏன்தான் பிறந்தேன் தெரியவில்லை?

உலகே பழி சொல்லி ஒதுக்கிடுதே
பகலே இரவுக்குள் பதுங்கிடுதே
இதுவே அதுவாய் மாறிடுதே
இவன் மட்டும் எப்படி அப்படியே?

துன்பம் இன்பமாய் மாறிடுமாம்
கோபத்தில் அன்பு ஊறிடுமாம்
பாவத்தை மன்னிப்பு கரைத்திடுமாம்
எது சொன்னாலும் தத்துவமாம்

எதைத்தான் நானும் அள்ளுவதோ
கதைதான் என்னைத் தள்ளுவதோ
பதைத்தேன் மனசே பதில் தருவாய் - நீ
புதைத்ததைத் தானே உமிழந்திடுவாய்

பிறந்து விட்டதால் வாழ்க்கையோடா
இறந்து போனதென் காலமோடா
துறந்து விடுவதும் இயலவில்லை
தொடர்ந்து போவதும் விருப்பமில்லை

சூழ்ந்துகொண்டவர் எண்ணங்களில்
சுழல்வது சிறிதும் பிடிக்கவில்லை
ஆழ்ந்து சிந்திக்க நான் நினைத்தால்
அறிவுக்குள் அகப்பட எதுவுமில்லை

எதிலும் எனக்கு விருப்பமில்லை
இது என்ன வாழவோ புரியவில்லை?

நாளைக்கு வருமோ துயர் என்று
மூளைக்குள் ஏதும் பயமில்லை
இனறைக்கே என்னிடம் இருப்பதனால்
நாளைக்கும் எனக்கது புதிதில்லை

உழைப்புக்கு உள்ளம் உந்தவில்லை
உட்காந்திருப்பதும் ஒப்பவில்லை - நான் '
பிழைத்திட வேண்டுமா தெரியவில்லை
பிழை செய்ய மனதும் நாடவில்லை

உண்ணத்தான் வேண்டுமோ உலகமே
உறங்கவும் வேண்டுமோ இறவுகளே
கண்ணத்தின் மீதினில் கண்ணீரே
கண்களுக்குள் எப்படி வெந்நீரே

கண்ணீர்த் துளிகளும் வற்றிட
கரங்களில் எதை நான் பற்றிட?
வந்ததே மறுபடி சென்றிட
வரங்களில் எதை நான் பெற்றிட?

உறங்கிக் கனவுகள் கண்டபின்
விழித்து என்செய்யப் போகிறேன்
கனவு கட்டுக்குள் வரவில்லையே
வாழ்ந்திட மனமோ விடவில்லையே

என்னை எனக்கே பிடிக்கவில்லை
ஏன்தான் பிறந்தேன் தெரியவில்லை?

வேலைக்குச் சாப்பிட விருப்பமில்லை
வேலை செய்யும் நேரமும் சிறப்பு இல்லை
கூலிக்கு போனாலும் பிடிக்கவில்லை - கூலி
கொடுப்பவனாய் இருக்கவும் எண்ணமில்லை

உடலால் ஊனப்பட்டால் ஒருவேலை
ஒழுங்காய் வாழ்வேனோ தெரியவில்லை
உள்ளம் ஊனப்பட்ட காரணத்தால்
ஒன்றும் சொல்வதற்கு இங்கு இல்லை

இரவு நேரங்கள் இனிப்பதில்லை -
பனிபடர்ந்தத காலையும் களிப்பு இல்லை
மதிய வேளையும் மனமகிழ்வில்லை - அந்த
மாலை வந்தாலும் மலைப்பேதுமில்லை

என்னை நேசிக்க யாருமே இல்லை
எனக்கு அதில் கூட விருப்பமே இல்லை
நான் நேசிக்க நினைத்ததும் இல்லை
எண்ணம் எதிர்மறைக்கு அன்பரே இல்லை

இன்னும் எதைச்சொல்லி எழுதுவதோ
இனியும் வாழ்வில் எதை பண்ணுவதோ
எண்ணம் எதிர்மறையாய் பூக்கிறதே
ஏன் இந்த கவிதை என்றும் கேட்கிறதே

என்னை எனக்கே பிடிக்கவில்லை
ஏன்தான் பிறந்தேன் தெரியவில்லை?

21. பித்தன்

உன்னிடம் சொல்லிவிட வேண்டியதை - நான்
சொல்லாமல் உள்ளத்தில் மூடி வைத்தேன்
என்னிடம் எனக்குள்ளே சொல்லிப் பார்த்து
என்னை நான் ஏளனம் பண்ணிக் கொண்டேன்

அழகை மட்டும் ஆர்ப்பரித்து தொடங்க வில்லை - நான்
அன்பு மொழி பேசும் உன்னை ஆதரிக்கிறேன்
வயது மட்டும் கடத்திவிட வரவுமில்லை நான்
வாழ்க்கை எல்லை போகும்வரை உன்னை
வேண்டுவேன்

சின்னக் குழந்தை பார்த்துவிட்டால் கொஞ்சி நிற்கிறாய்
குட்டிப் பூனை கண்டுவிட்டால் கத்திச் சிரிக்கிறாய்
யாரும் கூட தவறு செய்தால் தட்டிக் கேட்கிறாய்
எங்கேயேனும் பயத்தைக் கொண்டு போக மறுக்கிறாய்

அன்பு ஏழை கண்டுவிட்டால் அங்கே நிற்கிறாய் - நீ
அன்பு மழை பொழிந்துவிட்டு நகர்ந்து செல்கிறாய்
அந்த வெள்ளம் வந்து என்னில் பாய்ந்த பின்புதான்-
உணர்ந்தேன்
அன்பு என்றால் இவ்வளவு குளிர்ச்சியானதோ

பெண்களிலே நீ மட்டும் சிறப்பாய் தெரிகிறாய் - நீ
பூப்போட்ட தாவணியில் பூவாய்த் திரிகிறாய்
வண்டுபோல ஆகிவிட்டேன் வாசம் கண்டுதான்
வந்து உன்னை சுற்றுகிறேன் அன்புத்தேனுக்குத்தான்

உன்னைப் பற்றி தெரிந்த பின்பே மனம் விரும்பினேன்
உன்னை மட்டும் தான் எந்தன் உள்ளம் நிரப்பினேன்
உயிர்களை எல்லாம் பாசத்தோடே நீயும் பற்றுவாய்
உள்ளதை எல்லாம் ரசித்துக்கொண்டே ஊரைச்
சுற்றுவாய்

உன்னைப்போல பெண்ணொருத்தி உடனிருந்தாலோ
என்னை விட அறம் சார்ந்து யார் வாழுவார்?
நின்னை நானும் சரணடைந்தே வாழ்க்கை வாழுவேன்
நீ இருந்து ஒத்துழைத்தால் வெற்றி காணுவேன்

உள்ளதை கொட்டிவிட வேண்டுமென்று தான் - என்
உள்ளத்தை தலையில் ஏந்தி அருகினில் வந்தேன்
சொன்னதைக் கேட்டாயோ சொக்கத் தங்கமே- ஊர்
மெல்லுமென எண்ணி மனம் வாடு கின்றாயோ?

தொல்லைதரும் சாதிச் சட்டம் என நினைத்தாயோ
அல்லலுறும் என்னைக் கண்டே பயந்து போனாயோ
இல்லை என்ற சொல் ஒன்று அறிந்திருக்கிறேன் -
மனம்
இல்லையென்று சொல்லிவிட்டாய் அழுதிருக்கிறேன்

யாரிடத்தில் என் கவலை ஆற்றப் போகிறேன்
யாரிருந்து இதையெல்லாம் கேட்கப் போகிறார்
எத்தனையோ காதல் நிகழ்வு இங்கிருக்குது
இரு வரியில் எனது வாழ்க்கை முடிந்துபோனது

கிடைக்காத ஒன்றை விட்டு போக முடியல
கிடைக்கும் ஒன்று என்று மனம் மாறப் பிடிக்கல
இருக்கும் வரை உனை நினைத்து வாழப் போகிறேன்
யாருக்குமே சிரமமின்றி தூரம் போகிறேன்

பழகி விட்டுப் பிரிந்தாலோ வலி மிகுதியாம் - நான்
பார்த்துவிட்டுப் பிரிந்தபோதும் அப்படியேதான்
பாசம் வைத்து ஏமாற்றும் இந்த உலகிலே
இல்லை என்று சொல்லிவிட்ட நீயும் வள்ளலே

இருப்பிடமே தெரியாமல் வசிக்கப் போகிறேன்
இருந்து உந்தன் நல் வாழ்வை ரசிக்கப் போகிறேன்
காதல் தோல்வி ரசித்து நானும் வசிக்கப் போகிறேன்
சோகத்தையே சுகமென நான் புசிக்கப் போகிறேன்

பாரமாக இருக்காமல் தூரம் போகிறேன்
பார்ப்பதெல்லாம் அன்பு கொண்டு கோர்க்க
ஊர் ஊராய் உன் நினைவில் சுற்றப்போகிறேன்
உந்தன் ஊர் வரும்போது உறைந்து போகிறேன்

வேறு ஒன்றை ஏற்றுக் கொண்டு வாழும் மனிதரே
திராவகங்கள் வீச நினைக்கும் வீணர் கூட்டமே
கடமைகளை வாழ்க்கை செய்ய நானும் ஆளில்லை
கல்யாணங்கள் முடித்துக் கொண்டால் காதல் செருமோ
, முடியுமோ?

22. கவிதை

எண்ணங்கள் தோன்றும்போதெல்லாம்
எழுத்துகள் பதிக்க முடிவதில்லை
எழுத வேண்டி அமரும்போதெல்லாம்
எண்ணங்கள் உடனிருப்பதில்லை

இதுவரை படித்த தமிழும்
பலமுறை பெற்ற அனுபவமும்
சொல்லையும் கருத்தையும் முறையே
இழையோடி வந்த எண்ணங்கள் பதிக்கும்.

பொங்கி பொருள்கொண்டு வரும் சொற்களும்
தங்கி தொடர்ச்சி தரும் மன நிலையும்
தடங்களில்லாமல் மை கொட்டும் கோலும்
தாங்கி கவிதையாக்கும் காகிதமும்

எல்லாமும் ஆயுதமென்பேன்
என்னையும் அப்படியே சொல்வேன்
எது தொடக்கம் , எது முழுமை கவிதையிலே
எனக்கெப்படி இது சாத்தியம் புரியவே இல்லை

எளிமையான சொற்கள் கொண்டு பா படைத்து
எழுதி மட்டும் வைத்துவிட்டு மகிழவில்லை
வாசிக்கும் ஒரு சிலரை முகம் பார்த்தேன்
வாசகர் சொல்லும் சில கருத்தேற்றேன்.

பெருமை சொல்லி புகழ் வாங்க ஆசையுமில்லை
கவிதை வரும் நேரங்களை ஒதுக்குவதில்லை
கருத்துக்களை கற்பனையின் மீது ஏற்றி
காலத்தைக் கடந்து நிற்க சில சொல்கிறேன்

ஏற்றுக்கொண்டால் யாரேனும் மாற்றம் செய்வார்
இல்லையென்றால் நாளை ஒருவர் இதைக் காணுவார்
யாரைச் சேர வேண்டுமென்று நானே அறியேன்
எழுத்தன்றோ வாசகனை கண்டு சேரும்

எழுத்து எனும் உற்பத்தி எழுத்தாளன் செய்கிறான்
செய்து வைத்த அத்துணையும் ரசித்துப் பார்க்கிறான்
எழுத்தே விற்பனை பிரதிநிதியாய் மாறிவிட்டாலோ
வாசக வாடிக்கையாளர் வந்து சேர்கிறார்

பாராட்டு எனும் பணம் நிறைய வந்தபோதிலும்
இலாபமெனும் பொருள் மட்டும் வாயப்பதே இல்லை
இருந்தாலும் சோகமெனும் மூலப்பருள் கொண்டு
எழுதி எழுதி கவிதை செய்து வைத்திருக்கிறேன்

என்றேனும் யாரேனும் விற்றுக்கொள்ளட்டும்
எழுத்து மட்டும் சமூகத்திற்கு பயனாகட்டும்
கிழிந்த உடை கிழிந்த மனம் எனதானதால்
பொழியும் கவி வரிகளுக்கு முதலாளி நான்
ஊரு தமிழ் என் மனதில் ஊருவதினால்
உருவம் கொண்ட தெய்வமதை நான் வணங்கினேன்
வாசிப்பு எனும் தவத்தை நான் செய்வதால்
தமிழ் தெய்வம் வரங்களாக கவிதை அருளுதே......

23. ஆயாவிற்கு அஞ்சலி

ஆடிவிட்டு ஆட்டமெல்லாம்
ஓடிவிட்ட கூட்டதிலே
பாடி ஒரு பூங்குருவி
பழைய கதை சொன்னதம்மா

புங்க மரக்கிளையில்
பூங்குருவி கத்துதம்மா - நீ
போன வழி தெரியாம
புழுங்கி மனம் அழுவுதம்மா

பொறந்த பொண்ணெல்லாம்
பொங்கி அழுவுதம்மா
போக இடம் தெரியாம
பொலம்பி தவிக்குதம்மா

தங்க முருங்கை மரம்
தாய் கொடுத்த சீதனமாம் - நான்
தாவி உடைப்பேனுன்னு
அது தாழ காய்ச்சுதம்மா

காக்கை குருவி எல்லாம்
கண்கலங்கி பாக்குதம்மா
சோறுவைக்க நீயில்லாம
சோகத்திலே சுத்துதம்மா

பாசமெனும் நீரூற்றி
பந்தமெல்லாம் வேரூன்ற
ஆசைப்பட்ட பெருமாட்டி
அன்றாடம் பூசை வைத்தாய்

வாசமுள்ள பூ வாங்கி
வைத்துக்கொள்ள நேரமில்ல
காசு பணம் சேர்க்கத்தானே
காலமெல்லாம் ஓடிவிட்டோம்

உன் பாசத்தை ஏற்று பலர்
பருகியே வாழ்ந்துவிட்டோம்
பரிதாபம் காட்ட இங்கு
பாட்டி நீ இல்லையம்மா

விட்டுப் போன ஆயாவை
தொட்டுப் பார்க்க வந்தபோது
கெட்டுப்போன பல மனசும்
கிடந்து துடிக்குதம்மா

உறவுகளை சேர்த்துவைக்க - உன்
ஒருத்திக்குத் தான் முடியுமம்மா
ஒட்டுமொத்த சொந்தமிங்கே
ஒப்பாரி பாடுதம்மா

சாணி மொழுக ஆளில்லாம
சாமியறை கிடக்குதம்மா
சத்தம்போட நீயில்லாம
சாஞ்சி மனசு அழுவுதம்மா

பாசமும் புன்சிரிப்பும்
உன் பக்குவம் ஆகுமம்மா
கோவமும் துணிப் பையும்
உன் கூடவே பிறந்ததம்மா

ஆடி முடித்தவனும்
ஓடி உழைத்தவனும்
ஓய்ந்துவிட வேணுமுன்னு
ஒப்பாரி சொல்லுதம்மா

தப்புக்குத் தாளம் போட்டு
தலையாட்டி நின்றவரும்
தலை சாய்ந்து போகுமிடம்
தப்பாமல் வாய்க்குமம்மா

கூட்டி பெருக்கலைன்னு
தாவாரம் குமுறுதம்மா - நீ
குனிந்து நுழைவயோன்னு
கொட்டடி தவிக்குதம்மா

விளைந்த நெற்பயிறு
வளைந்து கிடக்குதம்மா - நீ
அருவாளோடு வரலியேண்னு
அழுது புறளுதம்மா

நீ பாடெடுத்த களத்துமேடு
பயந்து துடிக்குதம்மா
பயன்படுத்த நீயிருந்தா
புள்ளும் முள்ளும் முளைக்குமோம்மா?

சுமை தூக்கி வந்தவழி
சோர்ந்து பாக்குதம்மா - நீ
சுமையில்லாம இன்னைக்குத்தான்
சுகமா போறியோண்ணு ?

வாசலில் நுழையும்போதே
வந்து சிரிப்பவளே - வாய்பேச
நீ இல்லாம நாங்க
வந்ததுபோல் திரும்புறோமே ..

அந்தக்கால நிகழ்வெல்லாம்
அடுக்கி வச்சு சொல்லுவியே
எங்க வந்து கூப்பிட்டாலும் - இனி
எழுந்து வர போறியோம்மா?

பாட்டி வந்து எடுப்பியோன்னு
படியவைத்து தைய்ப்பியோன்னு
ஆலமரக் கிளைகளெல்லாம்
அதிக இலை உதிர்க்குதம்மா

ஓலை வெட்டி படியவைத்து
வீடு கட்ட வருவாயென்று
கருக்கு மரமெல்லாம் - இன்னும்
காத்துக் கிடக்குதம்மா

சுத்திப் பாதை கட்டி
சுத்த நீரை ஊத்திவிட்டு
நீ நட்டு வைத்த மரங்களெல்லாம்
நாதியற்று கிடக்குதம்மா

ராட்டினக் கிணத்து நீரு
பாட்டி நீ இல்லையேன்னு
பூட்டின கயிரில் வாலி
புகுந்திடாம போகுதம்மா

ஆட்டுக்குட்டி உன்னைப்பார்த்து
அமமேன்னு ஓடிவரும்
அம்மாவை பார்த்து அது
ஆயான்னு அழுவுதும்மா

நிரம்பிவிட்ட மடிகண்டு
கரந்துவிட போனபோது
நீ வந்து கரக்கலன்னு - பசு
நீட்டி உதைக்குதம்மா

கூடையில மூடிவைக்க
கோழி வந்து நிக்குறதே
பாடைக்காலில் நடந்து போன
பாட்டி வரக் காணலியே

பூமிக்குள்ள புகுந்த உன்னை
போனதெங்கே தெரியாம
சூரியன் நிலாவெல்லாம்
சுத்தி வந்தது தேடுதுவோ

சுத்தம்பண்ணி சுத்தம்பண்ணி
அடுக்கி வைத்த பாத்திரங்கள்
ஆயா வருமுன்னு
அழுக்கு சேர்ந்து நிக்குதம்மா

விடுகதை போடும் பாட்டி
வீட்டில் இல்லையான்னு
விடலைகள் வந்து கேட்டால்
விடை எனக்கு தெரியலியே ..

நீ ஒப்பாரி பாடியது
ஓயாமல் ஒலிக்கிறதே
உனக்கே பாடத்தானோ
ஒண்ணுரெண்டு உள்ளத்திலே

தங்க குடமெடுத்து - நாங்க
தண்ணி குடிச்சாலும் - அது
தாயில்லா தண்ணியின்னு
எமக்கு தாகம் தீரலியே ..

வண்ணப் பட்டெடுத்து
வைத்துப் படைத்தாலும் - உன்
வாய்ச் சொல்லு கேக்காம - எங்க
வாழ்க்கை நகரலியே .. ..

கூட்டிக் கழித்து பாக்கும்போது பாட்டியே
உன் சோகமெல்லாம் நாங்க தாங்கி நிக்கல
கயிறு கட்டி காதுமேல விட்டியே - அந்த
கண்ணாடி தான் அத்தனைக்கும் சாட்சியே

தப்புக்கு துணையாக போக மாட்டோம்
தவறாக ஒருநாளும் வாழ மாட்டோம்
ஒப்புக்குச் சொந்தங்கள் தேட மாட்டோம்
தாயே உன் சொல் பேச்சு மாற மாட்டோம்.

24. வ. உ. சி.

வள்ளிநாயகம் உலகநாதன் சிதம்பரம் பிள்ளை
வந்து பிறந்தது பரமாயி வயிற்றில் போர்க் குணத்தின் எல்லை
அவர் கற்று தெளிந்த சட்டம் அதனிலே குறையேதுமில்லை
குற்றவியல் வழக்கில் பற்றிய வழக்கேதும் தோற்றதேயில்லை

கல்வியும் பொருளும் கைவரப் பெற்றவர்
பொய்களை அறவே புறந்தள்ளி விட்டவர்
சுதந்திர தேசமே வேண்டுமென்றவர்
சுதேசி இயக்க கொள்கை பூண்டவர்

கப்பல் நிறுவனம் கட்டி அமைத்தவர் - கடலிலும்
வெள்ளையனை சண்டைக் கிழுத்தவர்
கப்பலை தேசத்தின் புத்திரர் என்றே -கவி
பாடிய பாரதியின் உள்ளம் கவர்ந்தவர்

தேசத்தின் விடுதலையே எல்லைஎன்றவர்
தூத்துக்குடி மக்களிடை கொள்கையை விதைத்தவர்
தேசமே திரும்பிப் பார்த்த கூட்டம் போட்டவர்
சுப்பிரமணிய சிவாவோடு கூடி முழங்கியவர்

கொடுமைகளை தாங்கியும் கோரல் மில்லிலே
குறைவான ஊதியமே தொழிலாளிக்கு
வேலை நிறுத்தம் செய்யவே வெள்ளையனுக்கு
வேட்டுவைக்க கூடியவர் மூன்றாயிரம்

மூண்டுவிட்ட மூவாயிரம் வேலையாட்களை
முடுக்கி விட்டது வ.உ.சி. முழக்கமல்லவோ
முடங்கிவிட்டால் தொழிற்சாலை நட்டமாகுமே
முடித்து வைத்தான் கோரிக்கைகள் ஏற்றுக்
கொண்டவன்

இப்படித்தான் வ. உ. சி. புரட்சிகள் செய்தார்
அதை நிறுத்த வெள்ளையனும் திட்டம் தீட்டினான்
தடை விதித்து அவன் ஒரு சட்டம் நீட்டினான்
சிறை அனுப்பி அவருக்கு சிரமமூட்டினான்
கோவை சிறையில் கோமாகனை பூட்டி வைத்தனர்
சணல் கிழி இயந்திரத்தை சுற்ற வைத்தனர்

கை தோல்கள் கழன்றுவரக் கண்டபோதிலும்
கையில் பூட்டி செக்குதனை இழுக்கச் சொன்னனர்

அருந்துயரம் அண்ணலுக்கு வாய்த்தபோதிலும்
அரைவயிறு நிரப்பிக்கொள்ள வாய்ப்பு குறைவுதான்
அப்பொழுதும் வ. உ. சி முயற்சி செய்தது
அறத்துப்பாலை மொழிபெயர்க்க ஆங்கிலத்திலே.. ..

இப்படியும் கொடுமை குணம் கொண்டவர்களை
சாட்டை அடி கொடுக்கும் அந்த வெள்ளையர்களை
திருப்பி அடி என்று சொல்ல முயலவில்லையே
திருக்குறளை சென்று சொல்ல முயன்றதெல்லையே

தமிழனுக்கு உரித்தான நற்குணங்களை
தலைப்பாகை வைத்திருந்த பிள்ளை பழகினார்
வ. உ. சி. சிறையில் பெற்ற வலிகளை எல்லாம்
பாரதியோ மனதில் வாங்கி கவியில் புலம்பினான்

கப்பல் கடலின்மேல் தள்ளாடும் நிலைபோல
கப்பல் நிறுவனமும் தள்ளாடி பொருள் குறைய
கத்திப் புலம்பினார் பாரதியும் - காலமே
காசில்லா புலம்பலுக்கு காது கொடுப்பார் யாரிருக்கா

சிறையில் பெற்ற தண்டனைகள் போதாதென்று
சிதம்பரனார் வெளியில் வந்தார் சிதைந்த உருவமாய்
பணம் எல்லாம் கப்பலிலே மூழ்கிப்போனதால்
பசிக்காக சென்னை வந்து அரிசி விற்கிறார்.

கறவை மாடு நானூறுக்கு வாங்கி வந்தவர்
சுறக்கும் பாலில் கன்றுக்கே பாதி விடுகிறார் -மீதம்
கறந்த பாலை காசுக்கு விற்று விடுகிறார் -அந்தக்
காசுதனை வைத்துத் தான் வாழ்க்கை செய்கிறார்

கப்பல் வாங்கி வெள்ளையனை கலங்கச் செய்தவர்
பால் விற்று வயிற்றுப் பசிக்கு காசு சேர்க்கிறார்
கற்பனைக்கே இவையெல்லாம் மனம் வலிக்குதே
அனுபவித்த அண்ணலுக்கு தலை வணங்குறேன்

வட்டிக்கு கடன் வாங்க முயற்சி செய்கிறார் - பலர்
வராது பணம் என்று கொடுக்க மறுக்கிறார்
மகளுக்கு நகை போட முடியாதென்பதால்
மாப்பிள்ளை வீட்டாரோ மணத்தை மறுக்கிறார்

பொருட் செல்வம் இல்லாமல் ஆனபோதிலும்
அறத்துப்பாலை உரை எழுதி எளிமைப் படுத்தினார்
அறப்பால் என்று ஒரு புத்தகத்தினை
இறக்கும் சில நாள் முன்பு அரங்கேற்றினார்.

பொறுத்துக்கொள்ள முடியாத துன்பம் எய்தினாய்
இருந்தாலும் விடுதலைக்கு வேர்கள் ஊன்றினாய்
உனை மறந்தும் தமிழர்கள் இருக்கக் கூடுமோ?
இருந்தாலோ தமிழினமே மறிக்கக் கூடுமே!

25. நினைவு நாள்

நீ போன நாள் அதனை
நினைவு நாள் என்றார்கள் - என்
நினைவில் இருந்து ஒருநாளும்
நீ போனதில்லை யம்மா

மரமாக நீ இருந்து- வெயில்
மறைத்து எமை வளர்த்தாய்
வேரோடு நீ சாய்ந்தாய் - இன்று
வெயில் எம்மைச் சுடுதம்மா

தீயாக நீ இருந்து - தீமை
சூழாமல் எமைக் காத்தாய்
தீயோடு நீ கலந்தாய் - இப்போ
தீமை எம்மைச் சூழ்ந்ததம்மா

பூவோடும் பொட்டோடும்
போன உன்னையேதான்
இரவோடும் பகலோடும்
என் மனசு எண்ணுதம்மா

காரில் வந்து நானிறங்க
நேரில் வந்து நீ நகைப்பாய்
கார் ஓட்டும் நண்பனுக்கும்
நெய் ஊற்றி சோறு வைப்பாய்

ஊரெல்லாம் போய் சொல்லி
பூரித்துப் புன்னகைப்பாய்
பூரி மேல பூரி வச்சு
பாசம் கொட்டி தின்ன வைப்பாய்

ஓய்வெடுக்க நான் நினைத்து
பாய் விரித்து படுக்கப் போனா
பக்கத்திலே வடை வைப்பாய்
பண்டங்களின் கடை வைப்பாய்

அத்தனையும் தின்றேனா நினைவில்லை - உன்
அன்பை மட்டும் போதுமென சொன்னதில்லை
அள்ளி அள்ளி பருகிவிட்டேன் குறையவுமில்லை
அன்னை நீ இல்லாமல் போவாயென்று நினைக்கவே
இல்லை

நானாக நானிருந்தேன்
நல்லவனாய் மாற்றிவிட்டாய்
நல்லவனாய் மாறியதும்
நடு வழியில் பிரிந்து விட்டாய்

நீயிருந்த நாட்களெல்லாம்
சொந்தமெல்லாம் அரவணைத்தாய்
நீ பிரிந்த நாள் முதலாய்
நித்தமொன்று பிரிந்ததம்மா

உறவுகளை ஒன்று கூட்டி
நித்தம் நித்தம் ரசிப்பவரே
தரவுகளை கூட இங்கே
தக்க வைக்க யாருமில்லை

நீர் ஊற்றி நீ வளர்த்த
பாச மரம் வாடுதம்மா
வேரறுந்த மரத்தினிலே
வேதனைப் பூ பூத்ததம்மா

ஊர் நாடி நான் வந்தால்
ஓடோடி விருந்து செய்வாய் - நீ
தேர் ஏறிப் போய்விட்டாய்
நான் நாடி வர யாரிருக்கா?. . . .

வந்தாலும் எப்படி நான்
வாசலைப் பார்ப்பேனோ - உன்
மஞ்சள் முகம் காணாமல்
உசுரோடு போவேனோ? .. ..
கண் இரண்டில் நீர் பெருக்கி
கதறி நான் அழும்போது - உன்
கையிரண்டும் இருந்திருந்தால்
கட்டி அணைக்காதோ ..?
கண்ணீரைத் துடைக்காதோ ..?

உள்ளமெனும் பாத்திரத்தின்
கொள்ளளவு தெரியாமல்
உன் நினைவை நிரப்பிவிட்டேன்
நிரம்பி வழியுதம்மா - உள்ளம்
நெருப்பாய் உருளுதம்மா ..

26. உலகப் பெண்கள் தினம்

உள்ளத்தில் உள்ளவர்க்கு
உளமாற வாழ்த்துச் சொல்ல
அன்புத் தமிழெடுத்து - பெண்ணை
ஆண்பால் போற்ற வந்தேன்

பல்லில்லாப் பாட்டி எனக்கு
பாசத்தை ஊட்டிவிட்டாள்
பழுதில்லா அன்பு சேர்த்து
அன்னையும் பாசம் வைத்தாள்

சற்றுமே குறைவில்லாமல்
சகோதரி அன்பு வைபபாள்
சண்டையும் சேர்த்து வைப்பாள்
சமாதானமும் ஆகிப்போவாள்

மனசெல்லாம் பாசம் நிறைத்து
மனைவியாய் வாழ்வைக் கரைத்து
காலமெல்லாம் உழைத்தே கரைந்து
மலர்கள் பூக்கச் சேரோடு வேராய்.. ..

கொஞ்சிப் பார்க்க
மனம் பூக்கள் பூக்கும்
கெஞ்சிக் கேட்க மகள்
முத்தம் தருவாள்

இப்படிப் பெண் பாசம்
கிடைக்கப்பெற ஆண்
எத்தனை பிறவியும்
எடுப்பான் அன்றொ.. ..

சுமைகளை தாங்கிக் கொள்வாள்
சுகமெல்லாம் விட்டுத்தருவாள்
பாசங்கள் கொட்டித்தருவாள்
பல முகமாய் பூத்து நிற்பாள்

சலங்கை ஒலியின் சந்தங்களூடே
சற்றே அழகாய் சாய்ந்து சிரிப்பாள்
விலங்கு பூட்டும் சமுதாயத்தை
கலங்க வைத்து வென்று முடிப்பாள்

கருவைச் சுமந்து பாதுகாப்பவள்
கருணை சேர்த்தே பெற்றெடுப்பவள்
துணைகள் நம்பிய காலம் கடந்து
தனியாய் உழைத்து வெற்றி காண்பவள்

கல்வியில் திறமையில்
பணியிடத்தில் சமநிலையில்
பல்வேறு துறைகளில் முன்னிலையில்
பெண்கள் பொது வாழ்வில் தன்னிலையில்

சகித்துக்கொள்வதிலும் பெண்கள்
சாதிக்க துடிப்பதிலும்
வகுத்துக் கொள்வதிலும் வாழ்வை
வளமாக்கி வெல்வதிலும் தேர்ந்தனரே.. ..

அன்பு பாசம் இரண்டும் கலந்து
ஆதரவோடு வளர்த்து வைத்தும்.. ..
இல்லத்தில் சேர்த்துவிட்ட மகனுக்கும்
இன்னமும் அன்பு செய்யும் சில
அன்னைக்கும் சேர்த்து வாழ்த்துகள் .. .. ..

27. எம்மொழி

தோற்றமேயின்றி அநாதியாய்
உள்பொருள் ஆனது இறை - எனில்
மாற்றமேயில்லை அப்பொருள்
எங்கள் தமிழ்த்தாய்

தேற்றவோ யாரையும்
ஆக்கிவிடவில்லை வரிகள் - எளியவன்
போற்றவோ புகழவோ
காத்திருப்பதில்லை வளர் தமிழ்

ஊனுடம்பை ஊட்டி வளர்ப்பவள்
யாவர்க்கும் - ஈன்றதாய்
ஊறும் எம் உணர்வுகளை
உயிரையுமே வளர்ப்பவர் தமிழ்த்தாய்

காணும் என் கண் காட்டும்
காட்சிகளை கலை ஓவியமாய் - எனக்கு
காவியமாய் கவிதையாக்கித்
தருபவர் தாய் மொழித்தாய்

வானும் மண்ணுமாய் காற்றும்
தீயுமாய் நீரும் நானுமாய் - தமிழ்
காணும் யாவுமாய் உணரச்சிப்
பிழம்புமாய் தொன்மை மொழியுமாம்

இலக்கியங்களும் முறை இலக்கணமும்
நில நாகரீகமும் - தமிழ் கொண்ட
நீலக் கடலிடையும் நீண்ட
நதியுடனும் நெடும்பயணமும்

குமரிக் காலடியில் குளிர்ந்த
கடலடியில் படிந்த படிமங்களாய் - தமிழ்
பாரில் பல நிலத்தில் பழைய
கோவில்களாய் பரவியிருப்பவராம்

வீரம் என்னவென்று வரிகளில் வீசிவிடமுடியா
தீரம் கொண்டவரே - நம் தமிழ்
பாரம் சுமந்திடவே லெமூரியத்தின்
கால்கள் நீரில் மூழ்கியதோ ?

பெருமை உணர்ந்ததனால் தொன்மை
தெரிந்ததனால் - தமிழ்ச் சுவை
தாகம் எடுத்ததனால் பெருங்கடல்
பொங்கி விழுங்கியதோ ?

தென்மதுரை கபாடபுரம் தாண்டி
இம்மதுரை வடமதுரை - எம் தமிழே
கடல் கொண்டது போக நீ காதல்
கொண்டது இந்தத் தமிழ்நாடே

தெற்கிலிருந்தது தீங்கடல் பொங்கித்
தீர்த்ததோ தாகம் - தமிழ்ப்
பெருங்கடல் இன்னும் இனிக்குதே
என்று வருத்தமோ "வடக்கே"?

நாங்கள் பெருநிலம் ஆக்கி அதில்
பெருந்தமிழ் பேசி ஆண்டவர்கள் - மொழி
உயிரினில் கலந்து எழுத்துகள்
கோர்த்து இலக்கியம் படைத்தவர்கள்

நூற்று முப்பது நாடுகளில் நுழைத்து
பொங்கித்தழைத்து வாழ்கிறோம் - தமிழ்
குழைத்துக் குழைத்து அமுதம்
அதனைப்பருகி களிக்கிறோம்

எம் தாயன்றோ என்னை
வளர்க்க அன்பாய் அள்ளித்
தமிழைக் கொண்டு
அறிவைத்தருவாள் அன்பைத்தருவாள்

எல்லாம் உண்டு எம் மொழியில்
எல்லோரும் உண்டு - என் தமிழில்
வளர் தமிழன்றோ எம்மொழி
வழிமாறி வரலாமோ மறுமொழி

எம் அன்னை ஊட்டிடும்
செம்மொழிப்பாலோ என்பசி ஆற்றித்
தமிழ் உலகெலாம் பாயுது
அனைத்துலகமும் ரசிக்குது

எத்தனையோ மொழிகள் எடுத்துக்
கொண்டது போக - தமிழ்
இன்னமும் யின்னமும்
வளர்கிறது காணீர் மூடர்களே

முத்து கொண்ட தமிழர்கள்
மூழ்கிவிட்டார் என்றெண்ணி - தமிழ்
சொத்துக்களை அள்ளிக்கொள்ள
எத்தனைபேர் புகுந்துவிட்டீர்

துப்பித்துப்பி தமிழ்நிலத்தை நிறம்
மாற்றப் பார்க்கிறீர்கள் - தமிழ்
பசிக்குதாடா என்று கேட்டால்
பொருட்-பால் கேட்டுக் குடிக்கிறீர்கள்

நீதானே எனை நாடி பொருள்
தேடி வருகின்றாய் - எம் மொழியை
நீயன்றோ அருள்வேண்டி
துதிக்க வேண்டும்

உம்மிடத்தில் எம் தமிழர்
உழைக்கவும் வந்திருக்கார் - எம்
தமிழின் அறத்தினை யாரேனும்
மீறியது கண்டாயா

புகுத்திட எம் மொழியில்
வெற்றிடமே இல்லையடா - தமிழ்
தற்சார்பு கொண்டமொழி
தனிமொழி என அறிவாயோ ?

இந்தியா என்பது பன்மொழி
நிலமடா பலகலந்த ஒன்றடா - தமிழ்
என்றைக்கும் இருக்கும்
நித்திய மொழியடா நித்தம் நீ அறியடா

ஒரு மொழி மட்டும் நீ முந்தித்
தினிப்பதனால் மூடனே - தமிழ்
பந்தி முறை பற்றிப்பகிர
விரும்புகிறேன்

இட்டிலி பொங்கல் இடியாப்பம்
மெதுவடை சட்டினி - பூரிக்
கிழங்கு என்று பல உணவிருக்கும்
பந்தியிலே தெரியுமோ உனக்கு

அத்தனையும் பிடிப்பவர்கள்
உண்ணலாம் அல்லது - எது எது
பிடிக்குமோ தின்னலாம் அது
அவரவர் விருப்பம் பந்தியிலே

இதைத்தான் உண்ண வேண்டும்
என்று சொன்னால் - உதைதான்
கிடைக்கும் அந்நியனே
நீ யார் எனக்கு சொல்பவனே

பதைத்தான் பகைவன் எனைப்பார்த்து
என் திறம் பார்த்து - தமிழ்
வளம் பார்த்து திகைத்தான்
துடித்தான் தீங்கிழைத்தான்

விதைக்கத்தான் மறுமொழியை
வீசுகின்றான் தந்தியைத்தான்
புதைக்கத்தான் எம் மொழியைப்
புறப்பட்டான் வடக்கத்தான்

கடைக்கண்ணால் தமிழ் பார்த்தால்
கடலுக்குள் போய் விழுவான்
உறை வாளைத் தமிழெடுத்தால்
உருக்குலைவான் எதிர்ப்பவனோ

முதல் இடை கடைச்சங்கம்
கண்டதடா தமிழ்ச்சங்கம் - அழிக்கப்
பார்ப்பவனை பண்ணுமடா அது
அசிங்கம் - தமிழ்ச் சிங்கம்

தமிழப்பாலில் வேற்று மொழி
விடம் கலக்கப் பார்ப்பவனே - தமிழர்
தமிழ்ப் பாலை மட்டும்
பருகுவோம் விடத்தை விட்டு

பாரடா உனை அனுப்புவோம்
அவ்விடத்தைவிட்டு - சகோ
யாரடா நீ இருந்தாலும் விரும்பினால்
பசியாரிடடா எம் தமிழைப் பருகி

28. காதலைத் தாங்கி

தாளம் கொண்டு இசையை இன்னும் பாடு -நம்
தேகம் கொண்டு இச்சைக்குள் இன்பம் தேடு

காதல் என்னும் கருப்பொருள் கொண்ட வீடு
காமம் தானே கட்டி முடிக்க கூடு

விதிகள் எல்லாம் வேண்டாச் செயலை நாடு - நம்
வினைகள் தொடர விடியல் வேண்டாம் பாடு

ஒன்றில் ஒன்று ஒன்றிட சண்டைகள் போடு
ஒன்றுக்கு ஒன்றே என்னும் விதியை சாடு

என்ன ரகசியம் சிப்பிக்குள் என்று தேடு
முத்தங்கள் வாங்கி முத்துக்கள் அதற்குள் போடு

இருவேரின்றி இணைவோம் இன்பம் நாடி
ஒரு வேரூன்ற இருவரும் உழைப்போம் கூடி

கற்பனை யெல்லாம் செயலுக்காகாது கூறு - நிகழும்
செயல்களெல்லாம் கற்பனைக்கெட்டாது பாரு

காதல் கரையில் காமம் காற்றாய் வீசும் - தேகம்
நீயும் நானும் நீச்சல் பழகக் கூசும்
உலகம் கிடக்கு ஒழுக்கம் தூக்கி வீசு
உருகும் உயிருடன் உடல்மொழி மட்டும் பேசு

நிரம்பியும் வழியா சிறிய பானையைச் சாய் - நீந்தித்
தாகம் குறைத்திட தாவி ஓடுதொரு வாய்

காமதேவனே கண்டு தீர்த்திடு என் திரிபை
மோகம் கொண்டவர் மீறவேண்டுமோ மரபை

புலன்கள் ஐந்துமே புசிக்கப் போட்டதோ படையல் -
உயிர்
ஒற்றன் கூட வந்து எடுத்துத் தின்கிறான் இந்த
இலையில்

சிறந்த கலைதனை சேர்ந்து கற்கலாம் பூவாய் - தினம்
காதல் ஊற்றி இந்த காமம் வளர்க்கலாம் வாராய்

சிற்றின்பம் என்றிதனை சொன்னது எந்த ஞானி
பேரின்பம் கப்பலாகலாம் போதுமே எமக்கிந்த தோணி.

29. புத்தாண்டு வாழ்த்துகள்

ஒன்றாம் தேதிதான்
நன்றாகுமென்றால்,
இடையில் வந்த
இரண்டு முதல் இறுதி நாட்கள்,
கற்றுத் தந்த அத்தனையும்,
கதையா கானல் நீரா?

முதல் நாளில்
கவலைகள் மறந்து
கொண்டாடுவதைப்போல
மற்ற நாட்களையும்
இதுபோலவே கொண்டாடும்
இயல்பு வந்துவிட்டால்

ஒவ்வொரு நாளும் புத்தாண்டே
உண்மை இன்றும் அப்படியே

30. அன்பே ஆறுதல்

பாசம் செலுத்தும் யாரும் இல்லை,
எனவும் மனசு ஏங்குகிறது.
பாசம் செலுத்தும் யாரும் வேண்டாம்,
எனவும் மனது சொல்கிறது.
காசும் பணமும் போதுமென்றா
வாழ்க்கை இங்கே நகர்கிறது ?
பாசம் அன்பு நேசம் எல்லாம்
விலைக்கும் கூட கிடைக்கிறது!

இயல்பாய் கிடைக்கும் அன்புக்கு,
எங்கே மதிப்பு இருக்கிறது ?
தகுதி பார்த்துத் தானே இங்கு,
எல்லா உறவும் வருகிறது ?
முதன்மை வேலை இல்லாத நேரம்,
தனிமை போல தெரிகிறது
அங்கே பகுதி நேர வேலை போல,
பாசம் பொங்கி வருகிறது!

தொலைபேசி அழைப்புகளெல்லாம்,
தொல்லையாகுமென அணைகிறது,
முக்கியமான வேலையில்லையேல்,
மூச்சே நீயென வருகிறது!
சிக்கிய அன்பு பெரும்பாலும்,
சட்டைப்பைக்குள் கிடக்கிறது,
சில்லறைகள் வந்து விழுமென்றால்,
சிரித்துப் பொங்கி வருகிறது!

கவலைகள் பகிர யாரேனும்
கண்ணில் படவே இல்லையென்று,
கவலை ஒன்றை கூட்டிக்
கன்னத்தைத் தாங்குகிறது கைத்தூண்,
அதிகாலை வானம் மழை பொய்தால்
ஆகச் சுகமாயிருக்கிறது,
அன்பு கொண்டு யாரும் வந்தால்
அதுபோல மனசு மகிழ்கிறது!

பகிர்தலால் நிலமை மாறுவதில்லை
கவலை தீருவதில்லை,
பாரம் குறையும் என்று மனம்
மாயை ஒன்றை நம்புகிறது,
கேட்பவர் ஆறுதல் சொல்லிவிட்டால்
கிடைப்பது சுகமே என்கிறது,
அறிவுரை கேட்க நேர்ந்தாலோ
மன அழுத்தம் மேலும் கூடுகிறது!

வாழத் தெரியவில்லையென
வகுப்போ சிலரும் எடுக்கின்றார்
பாழாய் போன மனசுக்குப்
பாசக் கேடு ஏன் வேண்டும் ?
ஊழை நம்பி பழகிவிட்டால்
ஊறார் உதவி வேண்டாமே
துணிந்து தவறை செய்துவாழ
உற்றார் துணையும் வேண்டாமே

மனவருத்தம் கொட்டுகிறபோது
மணலில் நீராய் ஆகவேண்டும்,
மணல் வெயிலில் காய்வது போல
மணலும் நீரும் மாற வேண்டும்,
உலையில் இட்ட அரிசிபோல
உப்பிப் பெரிதாய் ஆகிறது!
உலைநீர் போல்தான் உற்றார் எல்லாம்
உண்மையில் நம்மோடிருக்கிறது!

மனங்களை வருடி கவலை முள்ளை
கையோடு பிடுங்க யார் உள்ளார் ?
குத்திக் குத்தி வலிகள் பெருக்கி
ஒன்றும் இல்லை என்கின்றார்.. ..
குத்திய முள்ளோ எடுப்பவர் ஊசியோ
ஐயோ ஐயோ வலிக்கிறதே.. ..
அப்படியே தான் அழுகிப்போய்தான்
வாழ்க்கை இங்கே கிடக்கிறதே .. ..

ஆறுதல் தேடி அலைகிற மனங்கள்
அழுது மனதை தேற்றிடுங்கள்,
வெளியில் ஆறுதல் கிடைக்காதென்று
வேரறுத்து மனம் மாறிடுங்கள்.
பழங்கள் பழுத்தால் விதைகள்
தானே மண்ணை நோக்கி சென்றிடுமே!
யாரும் தின்று ருசித்தால்
தானோ கொட்டைகள் மண்ணில் முளைத்திடுமோ?

எல்லோரையுமே குறைகள் சொல்ல
எனக்கும் தகுதி கிடையாது,
பல்லோருள்ளும் பாசம் கொண்ட
யாரேனும் ஒருவர் இருக்கக்கூடும்,
அந்த அன்பு நட்பு எங்கே என்று
அலைந்து அலைந்து தேடுங்கள்.. ..
அதனைப் பிடித்து மனதில் நுழைத்து
பத்திரப் படுத்திக் கொள்ளுங்கள்.

உள்ளே போகும் கவலைகளெல்லாம்
அவரைக் கண்டால் பயம் கொள்ளும்,
சுத்திகரிக்கும் பொருளைப்போல
அந்த அன்பு செயல்படுமே!
எத்திக்கிருந்தும் கவலை வந்தால்
எல்லாம் அன்பால் மாறிடுமே!
அந்த அன்பைத் தேடித் தேடி
முதல் பயணத்தை தொடங்குங்கள்.

அன்பைப் போன்ற மாயை நம்மை
சுற்றி இருப்பதை நாம் உணர்ந்து,
உண்மை அன்பை அடையவேண்டி
இன்றே பயணம் தொடங்கிடுவோம்,
கவலை மூட்டைகள் கனம் தான் தெரியும்
அன்பு எல்லைவரை சுமந்திடுங்கள்,
வேறு எல்லையில் இறக்கிவைத்தால்
சுமைகள் கூடும் உணர்ந்திடுங்கள்.!!!

31. இவ்வளவே வாழ்கின்றோமா?

பசி கண்டு பசி கண்டு
பயந்து நடுங்கியவன்
பசியில்லாமல் வாழ
பலவழிகள் கண்டுகொண்டேன்

காசில்லா வாழ்வு எனக்கு
கடும் துயரம் தந்ததினால் - நானோ
காசு தேடி ஓடி ஓடி
கையில் அள்ளி ரசித்துவிட்டேன்

காசு தேடும் காலமெல்லாம்
கடமை செய்ய மறக்கவில்லை
உறவுகளை நட்புகளை
உடன்வைக்க தவறவில்லை

தடம் பதித்து நான் ஒன்றும்
தனி வாழ்வு வாழவில்லை
பெரும்பான்மை போல ஒரு
அரை வாழ்வே வாழுகின்றேன்

வறுமையில் இருந்து மீள வேண்டி
வந்து சேர்ந்தது முதுமைக்குத்தான்
வந்ததையெல்லாம் வைத்திருந்தாலும்
வாராததில் எனக்கு வறுமை தானே

எதிரிகள், துரோகங்கள் எல்லோரைப்போல்
ஏமாற்றங்கள் கூட அதிகம்தான்
உதிரிகளை இங்கே உற்று நோக்கினால்
பதறுகள் கூட பக்கத்தில் இல்லை

சொந்தங்கள் நாங்கள் என்பவை எல்லாம்
சொல்லிச் சொல்லிக் காட்டியது
பட்டுவிட்ட துன்பமெல்லாம்
அள்ளித் துயரம் ஊட்டியது

ஆடி அடங்கி விட்டேன்
அயர்ந்து அமர்ந்து விட்டேன் - வாழ்வில்
ஓடி ஓடிக் களைத்து இங்கே
ஓரம் வந்து ஒடுங்கி விட்டேன்

என் மனதோடு நான் உரையடும்போதெல்லாம்
அது கண்ணீர் வார்த்து எனக்கு ஆறுதல் சொல்கிறது
இவ்வளவே நான் வாழ்க்கையை
வாழ்ந்திருக்கிறேன்.

இப்படி யாரும் இருந்துவிடாமல்
எப்படியேனும் முயற்சி செய்து
தவறு இந்த கவிதையென்று வழி விடுங்கள்
அந்தப்பக்கம் வழிமாறி போய்விடுங்கள்

இந்தப்பக்கம் - இராம பாரதி.

32. மனதினில் விதைப்போம்

காலம் கவலைக்கு மருந்தாகுமென்று,
நாளும் தாங்கி நாம் செல்கிறோம்,
மருந்து போட்டு கவலை ஆற்றி,
மற்றொரு கவலை கொடுக்கும் அந்த,
காலத்தை நம்பி கடந்த வாழ்க்கை,
காலன் கையில் முடிந்து போகுது,
என்ன வாழ்க்கை கோலமோ,?
ஏனிந்த வாழ்க்கை காலமே?...

நானிங்கு வந்துப் பிறந்தது...
வினைப் பயன் என்று இருந்தாலும்!
ஏனிந்த வினையெனும் விளையாட்டு?
யாரங்கே வந்து பதில் கூறும்.

மகிழ்ச்சிகள் மட்டும் வாழ்வென்றால்,
மறுபக்கம் வெறுப்பு சூழ்ந்துவிடும்,
ஒருபக்கம் கவலை இருக்கட்டும் - எனக்கோ
இருக்கின்ற பக்கமெல்லாம் ஏன் கவலை?

புரிந்து கொள்ளும் உறவுகள் அமைந்திருந்தால்,
ஒத்துழைக்கும் மனமதில் இருக்குமென்றால்,
இயலாத வாழ்வென்று என்ன உண்டு?
முடியாத வாழ்வன்றோ கையில் இன்று.!

பொருட்செல்வம் போதாதா வாழ்வதற்கு? -என்று
போதுமென்ற மனமின்றி ஓடிவிட்டேன் - இன்று
பணம் பொருள் வைத்துக்கொண்டு புலம்புகிறேன்,
பாசம் கொண்ட ஒருவருமே பக்கமில்லை.

நலம்தானா சுகம்தானா சாப்பிட்டியா? - என்று
நாடி வந்து அன்புக்கொண்டு கேட்பவறில்லை,
நான் ஒன்றும் பாசமின்றி வாழ்ந்தவனில்லை,
பணம் பொருளை பார்க்கும் பாசம் அவசியமில்லை

தேவைகள் மனிதமென்று புரிந்துவிட்டதால்
பொருட்செல்வம் வெறுப்பாய்தான் தெரிகின்றது
பாசங்கள் பரிவுகள் வேண்டும் மனதுக்கு,
பணத்தாள்கள் மருந்தாகப் போவதில்லையே?

புலம்பல்களை புரிந்துகொள்ள நேரமிருந்தால்
பொருக்கிக் கொள்ள என்வரியில் நியாயமிருந்தால்
திருத்திக்கொள்ள நீங்கள் மட்டும் போதாதிங்கு
சிறுவர்களின் மனங்களிலே விதைக்க வேண்டுவேன்

அனுபவங்கள் வாழ்க்கைக்கு பயனாகுமோ?
அருகிருந்து பார்ப்பவர்க்கு ஆகட்டுமே.. ..
அன்பு எனும் அருமருந்தின் அவசியத்தை
அரும்புகளின் மனதினிலே விதைத்திடுவோம். . .

33. கலங்குகிறேன் தாயே

ஒப்பாரிப் பாடப் போறேன் - நானோ
உன்ன விட்டு வாழப் போறேன்

தப்பெடுத்து அடிக்கப் போறேன் - அம்மா
தவறெல்லாம் கூறப் போறேன்

பட்டமரம் பூக்காதம்மா - என்னை
பூத்து விட்டு பட்டுப் போகிறாய்

காத்து பட்டா வலிக்குமுன்னு - அம்மா
கரை கட்டி அனுப்புவியே

கண்ணாடி பொட்டிக்குள்ள அம்மா - உன்ன
கச்சிதமா மூடப்போறேன்

பருப்போடு நெய் சோறு - அம்மா
பாவிக்கு ஊட்டி விட்டாய்

பதிலுக்கு இன்னைக்குத்தான் - நான்
பச்சரிசி போடப் போறேன்

பட்டு மெத்தை வலி கொடுக்குமோ - என்று
பத்துவிரலில் சேர்த்து தூக்கினாய்

பாடைக் கொம்பை சுமக்க வலிக்குதே - என்று
பத்து அடிக்குள் மாற்றி சுமக்கிறேன்

தொட்டில் கட்ட இடம் பாத்தியே - நானோ
குழி பறிக்க இடம் பாக்குறேன்

பொன்னகைகள் பூட்டிப் பார்த்தியே - அம்மா
உன்னகையை கழட்ட போகிறேன்

ஊட்டி ஊட்டி எனை வளர்த்தியே - உனக்கு
கொள்ளி வைக்க தயாராகுறேன்

சாப்பிட்டியான்னு கேக்க ஆளில்ல - அம்மா
சாப்பிட்டால் பசியும் ஆறவில்ல

கூப்பிட்டா ஓடி நான் வருவேன் - என்னைக்
கூப்பிட இங்கு யார் இருக்கா?

தப்பில் ஒன்னிரண்டு நான் செய்வேன் - நீயோ
கண்ணீர் விட்டே சரி செய்வாய்

உப்பில் அளவு பார்த்துப் போட்டவளே - உந்தன்
அன்பில் ஏன் அதனை பார்க்கவில்லை?

இயற்கையில் இங்கேதும் மாற்றமில்லை - நீ
இல்லையே எனும் ஏக்கம் வலிக்கிறது

சகிப்புத் தன்மையின் சிகரமம்மா - என்
மலத்தைக் கூட கையில் ஏந்தினாய்

மூக்கில் சளி ஒழுக நான் வருவேன் - முத்தம்
கொடுத்த பின்பே சரி செய்குவாய்

மண்ணில் விளையாடி நான் திரும்பினால்
மணக்கும் சந்தனமாய் சேர்த்துக் கட்டுவாய்

கண்ணில் தூசு பட்டு நான் கலங்கினால்
கதகதக்கும் காற்று செய்து கண்ணில் ஊதுவாய்

உடம்பு சரியில்லாமல் கிடந்த போதிலும்- என்
உதட்டைக் கில்லி ஒரு முத்தம் செய்குவாய்

மனதில் ஏதோ கவலை என்பதை - என்
குரலைக் கேட்டதுமே புரிந்துகொள்பவள்

கவலை ஓடிவிடும் கண்ணீரோடே - உன்
மடியில் தலைசாய்த்த அந்த நொடியே

எத்தனை தலையணைகள் வாங்கினாலுமே- உந்தன்
மடிமீது தலை சாய்க்கும் சுகமாகுமா?

வைக்கோல் தலையணைதான் உனக்கானதா - இன்று
சாய்ந்து அழ மடியின்றி நான் வாடுறேன்

காட்டில் உனைவிட்டு கண்மணியே - நான்
நாட்டில் எவ்வாறு வாழப் போகிறேன்

வீட்டில் நான் நுழைய முடியலியே - உன்
விரல் படாத நீர் தொண்டை இறங்கலியே

பூசை அறையில் சாமி கிடைக்கலையே - உன்
பூப்போட்ட புகைப்படமோ பிடிக்கலையே

விட்டு விட்டுப் போகத்தான் வாழ்க்கை என்றால்
வீண் பாச விளையாட்டு எதற்கம்மா?

உள்ளத்தில் நீ பதித்த பாசமெல்லாம்
உசுர விட்டு நீயே பிடுங்குகிறாய்

சதையோடு கலந்துவிட்ட ரத்தமம்மா
சாகும் வரை உன் அன்பு உதிராது

பழகப் பழகப் பக்குவம் வருமாம் - அம்மா
பிரிவுப் பழக்கம் அவசியம் தானா

நினைத்து நினைத்து அழுகின்ற போது
கணக்கும் மனதுக்குள் கவலையே மிஞ்சும்

நினைவுகள் ஊற்றாய் பெருகுவதால் - நின்
செயல்களை மனமோ மறப்பதில்லை

இருந்த வரையினில் என் தாயே - நின்
நிழலில் தானே நான் கிடந்தேன்

அழுத நாட்களை கணக்கில் வைத்தால் - உன்னை
தொழுத நாட்களும் அதுவே ஆகும்

பழுது பட்டது வாழ்க்கை தானே - நின்னை
இழந்த நாள் முதல் எண்ணிப் பார்த்தால்

மீண்டும் ஒருமுறை நான் பிறந்தால் - உன்
வீட்டின் வாசலில் கிடக்க வேண்டும்

மனிதம் எனக்குள்ளே ஊற வேண்டி - உன்
மகத்தான முகம் தினம் காண வேண்டும்.

இருப்பவர் கூடி வாழ இங்கே - இன்று
பொருப்பவர் உனைப்போல் யாரிருக்கா?

உன்னைத்தான் இழந்தேன் அழுகின்றேன் - உன்
உதவி ஆறுதல் வேண்டுமம்மா

எங்கிருந்தாலும் என் தாயே - நீ
இன்றே உதவ வர வேண்டும்.

காற்றிலே கலந்து வருவாயோ - நீ
ஆற்றிலே நீராய் வருவாயோ

இயற்கையில் கலந்து தெரிவாயோ - என்னை
இன்றே ஆட்கொண்டு விடுவாயோ

உந்தன் இருப்பு தெரிவதற்கு - என்
உள்ளம் புகுந்து உணர்த்துவாயா?

நினைவாய் உள்ளத்தில் இருக்கும் தாயே
நிசமாய் அருகில் வந்திருப்பாயா?

புலம்பிப் புலம்பி அழுகின்றேன் நான்
புலம் பெயர்ந்தவளே கேட்கலியோ?

34. நட்பில் நம்பிக்கை

சொந்தத்தில் ஒருவர் இறந்துவிட்டார்
சோகத்தில் கலக்க விருப்பமில்லை

தந்தையை இழந்து நான் கிடந்தேன் அன்று
வறுமையில் எங்களை அவர் மறந்தார்,

என் வருந்திய நிலையைப் பார்த்தபின்னும்
தனது வசதியில் குறைவு வருமென்று

வாடாமல் கடந்து அவர் சென்றார்
தந்தையின் நட்பை அவர் எப்படி மறந்தார்,

அப்பா அன்று அறிவு சொன்னார்
அந்த மாமா அன்பு நண்பர்

நான் இல்லை என்றால் அவரிருப்பார்
நானிருக்கும் போதே நீ பழகு - என்று

அப்பா நம்பி அன்று சொன்னார்.
நானும் நம்பி தானிருந்தேன்

பசிப்பிணியின் வலியில் நான் கிடந்தேன்
கூலிக்கு வேலைசெய்து உடலிளைத்தேன்

காலில் அடிபட்டு நான் கிடந்தேன்
கருணை அவருக்கு வரவில்லையே

அப்பா நம்பிய சொந்தம் அது - என்
அழுகை கண்டும் வரவில்லையே,

என் வலியை கூட நான் கடப்பேன்
மகனை நினைத்து என் அப்பா

மறுபடி வந்து பார்த்திருபார்
என்னைப் பார்த்தா அழுதிருப்பார், இல்லை
அந்த நண்பன் பார்த்தே துடித்திருப்பார்

அவர் தான் இன்று இறந்துவிட்டார்
அங்கே போக விருப்பமில்லை
இப்படி இங்கே நான் நினைத்தேன்

யாருக்கேனும் உதவிடாமல் நான்
அப்படி வாழ்க்கை வாழ்கின்றேனா?
அதோ ஒருவன் வருந்துகிறான் நான்
அங்கே உதவ புறப்பட்டேன்

இறந்து போன சொந்தத்தின்
இறுதி கடமைக்கு போகாமல்.
இருக்கும்போதே உதவிட எண்ணி
என் நண்பன் வீட்டுக்குப் புறப்பட்டேன்.

35. உணர வேண்டாமோ?

சண்டைகள் ஆயிரம் போட்டிருக்கலாம்
சமாதானம் பேசாமல் நீயிருக்கலாம்
நியாயங்கள் உன் பக்கம் மனம் சொல்லலாம்
பந்தங்களிடம் இவையெல்லாம் நடந்தேறலாம்
தாய் தந்தை அனுபவித்தால் தவறல்லவோ
நியாயங்கள் ஆயிரம் வைத்திருந்தாலும்
நித்திய கடமைகளில் நீ தவறினால்
நொடிப்பொழுது பெற்ற மனம் வருந்துமென்றால்
இதுவரையில் நீ செய்த தருமமெல்லாம்
இல்லாமல் அந்நொடியே அழிந்து போகும்
அதுமட்டுமா போகும்? அந்த பாவம் இன்னும்
அடுத்தடுத்த சந்ததிக்கு அளந்து கொடுக்கும்
சபித்துவிட பெற்றவர்கள் விரும்பமாட்டார்
சகித்துக் கொண்டு காலம் தனை கடத்திப் போவார்
அன்பிலதனை அறம் என்று ஐயன் சொன்னது
அந்த அறம் உன்னை அதுவாக வந்து சுடாதோ?
மனமென்று ஒன்று உன்னை உறுத்துமென்றால்
மதி ஒழுங்கு கெட்டு தினம் வாட மாட்டாயோ?
பெற்றவர்க்கு கடமை செய்ய எது தடுக்குதோ
கட்டாயம் அது உந்தன் வாழ்வைக் கெடுக்கும்
இரண்டில் ஒன்று நியாயம் தான் பார்க்க முடியுதோ?
முதலில்லாமல் இரண்டாவது எப்படி வந்தது?
வாழ்வை நோக்கி வளர்த்துவிட்ட நியாயம் இன்று
அதன் முடிவை நோக்கி போகும்போது நீதி கேட்குது
சமப்படுத்த முடியாத கடமை என்பதை

உணராத உயிர்கள் தானே கருமம் செய்யுது
சமப்படுத்த முடியாத வாழ்க்கை வாழ்பவன்
சாமி என்று கும்பிட்டால் நியாயம் என்னடா?

36. குழந்தை இல்லாக் குழந்தைகள்

குழந்தை மட்டும் இல்லை என்று
ஏக்கம் கூட்டும் கூட்டத்திற்கு
கும்பிட்டு அழுதுகொண்டு
குறித்து சில சொல்ல வந்தேன்

ஒன்று தான் கவலை என்பார்
என்னென்ன இல்லையென்று
கவலைக் கடை விரித்தேன் - நான்
கண்ணீரைக் காவல் வைத்தேன்

நல்ல நிகழ்வுகளுக்கு - உறவுகள்
நாடி அழைப்பதில்லை
அழைக்கும் சிலரும் கூட - அங்கே
மேடைக்கு விடுவதில்லை

விடியும் பொழுது ஒன்றும்
விடியல் தருவதில்லை
எந்த இரவும் கூட - எங்கள்
கவலை தீர்த்ததில்லை

பள்ளிக்கூடம் போய் வான்னு
பரபரப்பா காலையிலே
பை கொடுத்து அனுப்பி வைக்க
பசங்க யாருமில்லை

எச்சில் ஒழுகி இறங்கும்போது
தன் குழந்தை தரும் முத்தம்
ஈரமோடு இனிக்குமாமே -அது
இருவருக்கும் கிடைக்கவில்லை

உறங்கும் பொது குழந்தை
எழுந்து எழுந்து அழுமாம்
நினைத்து நினைத்து நானோ
நித்தம் எழுந்து அழுவேன்

தப்பென்று குழந்தையை - யாரும்
பட்டென்று அடித்தாலோ
பார்க்க வலிக்குதம்மா
பேறில்லாத் தாய் மனசு

பள்ளிக்கூடம் விடும் நேரம்
பக்கமாப் போய் நின்னு
பிள்ளை வரக் காத்திருக்க
பெரும் சுகமோ எனக்கிருக்கா?

சின்னச் சின்னப்
பொருள் வாங்க
அண்ணாச்சி கடைபோக
ஆருமில்ல என்ன செய்ய?

படிப்பு சொல்லித் தந்து
பக்கமிருந்து எழுதச் சொல்லி
பால் சோறு ஊட்டிவிட்டு
பக்கத்திலே போட்டு தூங்க

பிஞ்சு குழந்தையில்லை
பஞ்சு மெத்தை நனையுதம்மா
விம்மி விம்மி அழுதாலும்
அதுதான் துடைக்குதம்மா

அழும்போது ஓடிவந்தது
அம்மா நான் இருக்கேன்னு
அழுத்தி முத்தம் தர யாரிருக்கா - அவர
அப்பான்னு கூப்பிடத்தான் யாரிருக்கா

பால் வாங்கும் செலவில்லை
பள்ளிக்கூடச் செலவில்லை
மடி மீது படுக்க வைத்து
மருந்து ஊற்றும் வேலையில்லை

சின்ன சீப்பு வாங்கி
சிறு கன்னம் சேர்த்துப் பிடித்து
எண்ணைவைத்து தலைவாரி
எந்தப் பவுடர் பூசிவிட?

திட்டுத் திட்டாய் பவுடர் பூசி
தெருவழியே போகும் சிறுசு
எனக்கொன்னு இருக்காதான்னு
ஏங்குவது என்கவலை .. .. ..

என்னைப்பார்த்து ஒரு சிலரோ
கண்ணைப்பார் அய்யகோ
பட்டுவிடப் போகுதென்று
தவிப்பார் தடுப்பார் குழந்தை முகம்.

ஊருக்குள்ள திருவிழாவாம்
தேர் வீதி கடைத் தெருவாம்
பஞ்சு மிட்டாய் குச்சி ஐஸ்
பலூன் கூட விக்குதுவாம்

ராட்டினம் சுத்துதுவாம்
பாட்டியின் முந்தியிலே
பசங்களுக்கு காசிருக்காம் - எனக்கு
பசங்க இருந்திருந்தா .. ..

கவலை கண்ணீராக
காலமெல்லாம் அழுவதுவோ
வெறுப்பு வந்து கண்துடைத்து
விட்டொழி என்றபோதும்

இறந்து போகும் நாளன்று
சுமந்து போக ஆளிருக்கும்
தாயே நீ போறியேன்னு
தாவி அழ யாருமில்லை .. .. ..

புலம்பி தவித்ததினால் - யாரும்
கலங்கி அழவேண்டாம்
கண்ணீர் துடைக்க கூட - தங்கள்
கரங்கள் வர வேண்டாம்

வெறுக்கும் சொந்தங்களை
விரும்பி வாழப் போறோம்
குற்றம் சொன்னாலும்
சுற்றம் சேர்க்கப் போறோம்

இவர்களும் இருக்கட்டுமே - மனதில்
இடம் கொஞ்சம் கொடுக்கலாமே
எங்கள் காயங்கள் ஆறக்கூடும்
நீங்கள் எம் பிள்ளைகளாய் மாறக் கூடும்.

37. காவல் தெய்வம்

கூட்டமாய் சொந்தங்கள்.
கும்பிடப் போனது குல தெய்வம்,
ஐய்யனாரின் ஆசி ஒரு மகிழ்ச்சி, ஆனால்
ஆடு வெட்டி தின்பதுவே குறிக்கோள்
கூட்டத்தின் எண்ணிக்கை
ஒன்பதில் ஒன்று கூட்டி பத்து. சாமி
ஆட்டங்கள் போட்டததில் இரண்டு,
மரத்தடி அமர்ந்து கதைத்தது கூட
மணம் வீசிய போது முடிந்து,
குலவையை போட்டு கும்பிட்ட சாமியை
வழிவிடு சாமி வெந்தது காத்திருக்கு என்று
பந்தியில் அமர்ந்து பார்க்கிறோம் - அங்கே,
வந்ததில் ஒன்று குறைவு. ஆடு

வெந்தது தான் அன்று நிகழ்வு.
வண்டியில் ஏறி வழியெல்லாம் ஆடு
தலை தூக்கிக் கண்டது எனைத்தான்
எழுதும் கவிஞனின் எண்ணங்கள்
தடுத்திடக் கூடும் தன் மரணம் - என்று
ஏக்கம் கொண்டதோ அந்தப் பார்வை?
சுடச்சுட சோறும் குழம்பும் ஆசையை தூண்ட,
தலை குனிந்து கைவைத்தேன் பசியே,
தலைக்கறி உனக்கு விருப்பமோ? - ஆடு
ஏக்கத்தோடு பார்த்த அந்த பார்வை,
எண்ணத்தோடு சேர்ந்த அந்த நிமிடம்
உண்ணத்தான் வரவில்லை மனமே,
என்னைத்தான் காத்தான்□ஐயனார்.?!

38. பெருந்தலைவர் காமராஜர்

வாழ்க வாழ்க காமராஜர் வாழ்க வாழ்கவே !
விருதுநகரில் பிறந்த எங்கள் வீரர் வாழ்கவே !
சிவகாமி குமாரசாமி குழந்தை வாழ்கவே !
தென்னாட்டு காந்தி எங்கள் மேதை வாழ்கவே !

காமாட்சி என்ற பெயர் தந்தை வைத்தது
ராசா என்றுதான் தாய் அழைத்தது
காமராசர் என்று பெயர் மருவி விட்டது
மருவி விட்ட பெயர் இன்று உலகம் போற்றுது.

தந்தை யிழந்த காமராசர் கல்வி இழக்கிறார்
தாயைக் காக்க சிறு வயதில் பணிக்கு செல்கிறார்
மீதி நேரம் விடுதலைப் போரில் பங்கு கொள்கிறார்
காங்கிரசு கட்சியிலே இணைத்து கொள்கிறார்.
உப்பு சத்தியாகிரக போராட்டத்தில் கைது செய்தனர்

கல்கத்தாவில் சிறையில் அவரை அடைத்து
வைத்தனர்
விடுதலைக்கு பாடுபட்ட எங்கள் தலைவரே - ஒருநாள்
தமிழகத்தின் முதல்வராக வெற்றி பெறுகிறார்.

ஏழைகளின் குழந்தைகளை படிக்க வைக்கவே
பசி போக்க சத்துணவு திட்டம் தந்தவர்
பணமில்லாதோரும் படிக்க வேண்டும் என்பதினாலே
ஆயிரம் ஆயிரம் பள்ளிகளை திறந்து வைத்தவர்.

படித்தவர்கள் வேலைதேடி துன்பப் படுவரோ - என்று
தொழிற்சாலை பல திறக்க திட்டம் வகுத்தவர்
NLC, ICF, BHEL எல்லாமும் இவர் கொணர்ந்த நிறுவனமே
எண்ணிலடங்கா நிறுவனங்கள் இன்னும் இருக்குதே !

கால்வாய்கள் அணைகள் பல கட்டி வைத்தவர்
மின்சார உற்பத்திக்கும் திட்டம் வைத்தவர்
பொதுமக்கள் அணைவருக்கும் சிந்தித்தவர்
நிதி முழுதும் சிந்தாமல் நெறி செய்தவர்.

நேர்மையான அரசியலை முன்னெடுத்தவர்
நிரந்தரமான பொதுநலனை செயலில் கொண்டவர்
தவறிழைத்தால் உடனடியாய் சத்தம் போடுவார்
சரி செய்ய அப்போதே சட்டம் போடுவார்.

துளியும் கூட பணத்தின் மீது நாட்டம் அற்றவர்
எளிமையாக வாழ்ந்த எங்கள் காமராசரே
பொதுப் பணத்தில் சுய செலவு செய்யாதவர்
பொது வாழ்வில் நேர்மையெனும் வழி போட்டவர்.

இந்தக் கவிஞன் பசியாறி படித்திருக்கிறேன்
இவர் அன்று திட்டங்களை தீட்டாவிடில்
இவர் உழைப்பு தமிழகத்தில் சேராவிடில்
இன்று இந்த தமிழ் கவிதை வந்திருக்குமோ?

காமராசர் உழைத்து இங்கு தொண்டு செய்ததால்
வளமை எங்கள் தமிழ்நாட்டில் வந்து சேர்ந்தது
வணக்கம் பல சொல்லி நான் வணங்குகின்றேன்
போற்றி சொல்லி நன்றிக் கடன் செலுத்துகின்றேன்

போற்றி போற்றி கல்வித் தந்தை போற்றி போற்றியே . .
கர்ம வீரர் காமராசர் போற்றி போற்றியே . .
மாற்றுத் துணி ஒன்றோடு மாண்ட தலைவனே -
உன்னை
போற்றுவதால் புத்திக்குள்ளே நேர்மை ஊறுதே.. .. ..

39. இன்றும் நண்பனே

உள்ளம் அழகியனே
உருவம் மெலிந்தவனே
நண்பனை காணாமல்
நலமிழந்த நல்லவனே

நீதானோ என்று நான்
ஐயம் கொண்டேன்
நிதானித்து பின்புறத்தால்
நிசமறிந்தேன்

தாடியில் வந்திருக்கும்
வெண் முடிபோல்
வெறுத்தாலும் உன்நினைவில்
நான் வருவேன்

நெற்றியிலே
அனுபவத்தின் கோடுபோல
உன் நெஞ்சுக்குள்ளே
நானும் ஒரு வரியல்லவா

காணாமல் வாடுகின்ற
கண்கள் கண்டு -உன்
கண்ணுக்குள்ளே எனைப் பார்த்து
நான் ரசித்தேன்

மகன் வந்து
மடியினிலே தவழ்கின்றானோ
மாமன் வர வில்லையென
அழுகின்றானோ

காலம் வர வேண்டுமென
தவம் கிடந்தால்
கணக்கொன்று அவன் போட்டு
தடுத்துவிட்டான்

நானும் வர தூரமில்லை
நண்பன் வீடு
காணும் வரை
நட்பு கூட கானல் நீரு

காரணங்கள் சொல்வதினால்
பயனில்லையே - உன்
கண்ணில் உள்ள கோவமொன்றும்
தவறில்லையே

மீண்டும் ஒரு
காலம் வர வாய்ப்பில்லையே
மீண்டு வரும் நட்பு
அதில் ஐயமில்லையே

கருத்திருக்கும் உதட்டிற்கு
காரணமென்ன? -நண்பா
வருத்தம் மட்டும்
நிரந்தரமா பாரமுமென்ன?

உருவத்தினில் உன்னைப்போல
நானும் ஆகினேன்
புருவத்தை நீ உயர்த்துகிறாய்
புன்னகைக்கிறேன்

வருவதற்க்கு வழியில்லாமல்
இல்லை நண்பனே
வராவிட்டால் நட்பு என்ன
வாடிப்போகுமோ?

தருவதற்கு இல்லாமல்
போனதில்லையே - அன்பு
தந்து தந்து ஏமார்ந்த
தத்துவம் நீயே

பெருவதற்கு மட்டும் தான்
காத்திருக்கிறேன்
பெற்றுவிட்டால்
அன்பு கூட அழகுப் பிள்ளையே

அவ்வளவுதான் அன்பு என்று
அடக்கி வைக்க முடியாது ,
இவ்வளவு தான் துன்பமென்று
இறக்கிவிட முடியாது

எவ்வளவுதான் பணிச்சுமைகள்
தலைக்கு வந்து சேர்ந்ததாலும்
அன்னைக்குப் பாசமென்ன
அளவு குறைந்து போகுமா?

எண்ணி எண்ணி சேர்த்துக்கொள்ள
நட்பு என்ன காகிதப் பணமா
எண்ணமெல்லாம் சேர்த்துவைத்த
அன்புதானே வாழ்க்கையடா

நண்பனுக்கு நலம் கேட்க
நாளும் கிழமை வேண்டுமா
பண்புகள் தமிழனுக்கு
பாரமாகிப் போகுமா

40. அப்பா .. ..

நீ இருக்கும்போதே உனக்கொரு
கவிதை பாடியிருக்க வேண்டும்.. ..
இப்போது விருப்பப்படுகிறேன்
இனியா நிறைவேறும் ?

நினைவில் இருப்பவை
நிகழ்வுகள் மட்டுமல்ல அப்பா .. ..
நிந்தன் கருணை, நின் பாசம்,
உன் வாசம்,

என் கண்ணில் தேங்கும் கண்ணீரில்
கரைந்த நின் முகம்.. .. .
உன்னுள் வைத்தென்னை
உருகிய உன் உள்ளம்,

உன் கண்ணுள் எப்போதும்
காயாத கானல்நீர் நான்.. .. ..
பசியால் துன்பப்பட்டு,
பாசம் கிடைக்காமல் அல்லல்பட்டு

அரவணைக்க, அணைத்து உறங்க
நீ இன்றி, , அப்பா.. .. ..
கதவருகே காத்திருந்து,
கண்ணீரோடு காத்திருந்து, ...

ஓடி தெருவில் வந்து
தலை சாய்த்து உனைத்தேடி, ..
திரும்பிவந்து நானமர்ந்து,
தினந்தோறும் காத்திருந்து

பலநாட்கள் ஆன பின்பு,
பசி வந்து ஆட்கொண்ட போது .. ..
வரமாட்டாய் என்று
உறுதியான அந்நேரம் .. .. .

குருதியாகக் கண்ணீரும்
அருவியாக ஓடியது.
எப்படி நீ போன பின்பு
எனைக் காணாதிருகின்றாய் ?

என்ன காரணம் கொண்டு
உன்னை நீ தேற்றினாய் ?
வளர்ந்துவிட்டால் இவனெல்லாம்
வந்து பார்க்க மாட்டான் என்றா ? -காலம்

கடந்துவிட்டால் இவனெல்லாம்
கருணை செய்ய மாட்டான் என்றா ?
என்ன நினைத்து உன்னை தேற்றிக் கொண்டாய் ?
அப்பா, எப்படி மனக் கதவை சாற்றிக்கொண்டாய் ?

கல்யாணம் ஆகிவிட்டால்
கண்டுகொள்ள மாட்டான் என்றா ?
மனைவி சொல் கேட்டு
காப்பகத்தில் சேர்ப்பானென்றா ?

தட்டில் உணவிட்டுத்
தள்ளி விடுவான் என்றா ?
வாசல் தாண்டி போ என்று
வசைபாடி நிற்பேன் என்றா ?
எதை நினைத்து மனம் தேறினாய்
என் அப்பா ?
காசு கேட்டால் கடிந்து கொள்வேன் என்றா ?
பாசம் காட்ட மறந்து போவேன் என்றா ?

சாப்பிட்டியான்னு
கேட்க மறப்பேன் என்றா ?
எனை மட்டும் தான் பெற்றாயா
என்று ஏளனமாய் கேட்பேனென்றா ?

உன் உடல்நிலை குறைவின்போது
சகித்துக் கொள்ள மாட்டேன் என்றா ?
ஏன் என்னை விட்டுச் சென்றாய்
என் அப்பா ?

எப்படி எட்டி நின்றாய் ,
எதற்காக எனை வளர்த்துப் போனாய் ?
மரியாதை குறைவாக
மனம் நோக பேசுவேனென்றா ?
ஊட்டி வளர்த்த உன்னை
வீட்டின் வெளியே விட்டுவிட்டு ..

நெய்யிட்டு நித்தமும்நான்
சோறுண்டு களிப்பேன் என்றா ?
கட்டி முத்தமிட்டுக் கதகதப்பில் பாசமிட்டு
விட்டுப் போகத்தான்
வீரம் சொல்லி வளர்த்தாயா ?

என்ன நினைத்து உன்னை
தேற்றிக்கொண்டாய் ?
கண்ணை நனைத்து நின்று
நான் கேட்கிறேன் - அப்பா .. ..

பெண்ணொருவள் வந்துவிட்டால்
பேதையாவான் மகன் என்று
தன்னருகே மரணப் பெண்
கண்டதுமே தழுவினையோ ?

இருக்க இடம் தர வாய்ப்பில்லை
என நினைத்தாயோ ?
உடுக்க உடை வாங்கி தரமாட்டான்
என நினைத்தாயோ ?

கேட்டால் தான் பசி தெரியும்,
அப்போதும் தரமாட்டான் என நினைத்தாயோ ?
சக மனிதன் வந்து நிற்க அவரெதிரே
உன்னை அசிங்கப் படுத்துவேன் என்றா ?

சாப்பாடு போட்டு விட்டு
இன்னுமா வேண்டுமென்று கேட்பான்
என நினைத்தாயோ ?
உன் துன்பம் அறியாமல்
உறங்கப் போவேன் என்றா ?

என் துன்பம் சொல்லி உனை
இருக்காமல் செய்வேன் என்றா ?
உனக்கு ஒரு வாய்
சோறு வேண்டுமென்று
மனைவியிடம் மண்டியிட்டு
மகன் படும் பாடு காணக் கூடாதென்றா ?

ஆசிரமத்தில் உனை சேர்த்துவிட்டு
மகன் அழகு கிடப்பேனென்றா ?
எதை உணர்ந்து எதை நினைத்து
விட்டு போனீர் அப்பா ?

நினைவலைகள் எனைமோதி
கவி எழுதத் தூண்டியது
என் கவி என்னை ஒரு
உண்மை சொல்ல வேண்டியது .. ..

அப்பா .. .. .. நீ போய்விட்டதே
உனக்கு நல்லது என்று
நோயுற்ற என் உள்ளம்
தனிமையில் நோகுதப்பா .. ..

அழுதுப் பழகிவிட்டேன்
நான் அழுதுகொள்கிறேன் .. ..
நீ எங்கேயோ இரு ..
நல்லா இருக்கியா என்னைப் பெற்ற அப்பா ?

41. காத்திருந்து காத்திருந்து

பழுக்குமென்று காத்திருந்தேன்
அது ஆலமரம் .. ..

காய்க்குமென்று காத்திருந்தேன்
அது வேலமரம் .. ..

பூக்குமென்று காத்திருந்தேன்
அது புன்னை மரம் .. ..

வளருமென்று காத்திருந்தேன்
அது பிள்ளை மரம் .. ..

துளிர்க்குமென்று காத்திருந்தேன்
அது துன்ப மரம் .. ..

முளைக்குமென்று காத்திருந்தேன்
அது முள் மரம் .. ..

விதைத்துவிட்டுக் காத்திருந்தேன்
அது வினை மரம் .. ..

மாறுமென்று காத்திருந்தேன்
அது கால மரம் .. ..

இனிக்குமென்று காத்திருந்தேன்
அது நினைவு மரம் .. ..

குறையுமென்று காத்திருந்தேன்
அது கவலை மரம் .. ..

நிறையுமென்று காத்திருந்தேன்
அது என் வாழ்க்கை மரம் .. ..

42. அழுகை

அழவேண்டும் போலிருக்கிறது- எனக்கு
அழவேண்டும் போலிருக்கிறது.....

நிகழ்வுகள் எத்தனையோ நெஞ்சில் கிடக்கிறது
நினைவுகள் அழியாமல் நீந்திக் கிடக்கிறது

உள்ளக் கடலிலே ஓராயிரம் நினைவுக் கப்பல்
சொல்லக் கூடலியே சொட்டும் என் கண்ணீரே

தேம்பி அழ தோனுதுவே என்னை
தேற்றிவிட யாருமில்லை..
நான் பிறந்து வந்த வழி
நாளும் மனம் ஊனப்பட்டேன்.

நல்ல வழி தேடித்தான் நானும் போக
ஆசைப்பட்டேன்
போன இடமெல்லாம் எனக்கு
போகம் வாய்க்கலயே.. .. ..
காணக் கிடைக்கலையே என்
கவலைக் கடலில் கரையில்லையே.. .. . .

அழவேண்டும் போலிருக்கிறது- எனக்கு
அழவேண்டும் போலிருக்கிறது

கத்தி அழ வேண்டும் யாருக்கும்
காதில் விழிந்திடாமல்
சத்தமிட்டு சத்தமிட்டு
கத்தியழ வேண்டும் , ஆம் வேண்டும்

உருகி அழும் போது உள்ளம்
கழண்டு விழ வேண்டும்
உசுரு கூட அதநோடே
உருகி ஓட வேண்டும்

சிதறிச் சிதறிக் கண்ணீர்
உதிர்ந்து விழும்போது
கதறி அழ வேண்டும் மனம்
பதறி விழ வேண்டும்

அழுதுகொண்டு எழுதும்போது
பிழை நிகழலாம்
பிழைகள் என்னை எழுதியதே
அழவைக்கவே

தழைகள் எல்லாம் உதிரக்கூடும்
கால மாற்றத்தால் - மனத்
தழும்புகள் அதுபோல
ஆகக் கூடுமோ?

விழந்து எழுந்து ஓடக் கூட
முடியவில்லையே
ஊனப்பட்ட உள்ளத்துக்கு
அழத்தோனுதே....

அழவேண்டும் போலிருக்கிறது- எனக்கு
அழவேண்டும் போலிருக்கிறது

தேம்பித் தேம்பி.....

43. காத்திருப்பு

காத்திருக்கிறேன் - எதிர்
பார்த்திருக்கிறேன் - உனக்காய்
பூத்திருக்கிறேன் - மலராய்
தேன் சுரக்கிறேன் - தினமும்
நினைத்திருக்கிறேன் - மனதால்
கனத்திருக்கிறேன் - எனது
புன்னகைத் திருமுகமே - உனக்கு
என் செய்தல் பிடிக்கும் - என்று

எப்படிக் கேட்பதென்று - நான்
காத்திருக்கிறேன் - எனக்குப்
பலன் கிடைக்க - கணக்குப்
போட்டிருக்கிறேன் - உனக்கும்
சுகம் கிடைக்க - செவிக்கு
கவியெழுதி - உன்னை
விழிக்குள் வரும் - வரையில்
பழிக்கு பழி செய்ய - பாவமென்று
காதல் தர காத்திருக்கிறேன் .. .. ..

44. புலம்பல்

சாரல் மழையின் ஈரத்திலே நான்
சாலையின் ஓரம் நடந் திருந்தேன்
தூரல் பொழியும் வான் மேகம் என்
உள்ளம் நுழைந்து குளிர் தூவ
யாரில் கிடந்ததோ எண்ணங்கள் மீண்டு
ஊரில் இறங்கிய குரங்கை போல்
ஒவ்வொரு துளியாய் மழை பிடித்து
உள்ளத்தில் போட்டு கவியாக்கி இங்கு
ஊருக்கு மழை போல தூவியது என்
உள்ளிருக்கும் சோக மலை ஊறியது - அது
ஒவ்வொன்றாய் சொல் அள்ளி வீசியது
சோகமலை வீசியதால் சொற்கள் எல்லாம்
சோகமெனும் பொருள் கொண்டே பேசியது
மழை வந்து குளிர் தந்து மாற்றினாலும் - என்
மனமெங்கே இன்பம் கொண்டு மாறியது?
குரங்கு போல அங்கும் இங்கும் தாவினாலும்
கவலை யெனும் கொம்பில் தான் தங்கியது
வானம் தான் கால நிலைக்கு மாறுவது என்
வாழ்வு எப்போ கவலையிலிருந்து மீளுவது
இடையிடையே சாரல் வரும் மழைக்காலம்
நினைவுகளால் ஈரம் வரும் விழியோரம்
போகும் வரை சோகம் கிடந்து வாழட்டுமே
மழைக் காலம் வரும் வேளையிலே
மனமும் கொஞ்சம் இளைப்பாரட்டுமே.. ..

45. ஆறுதல் பிழை

இக்கட்டான சூழ்நிலையில்
இறுதி யெனும் மனநிலையில்
ஏதோ ஒன்று அகப்படவே
இது தான் ஆறுதல் என் நினைத்து
இறுகப் பிடித்ததுதான் குற்றம்

முடியட்டும் என்று விட்டிருந்தால்
முடிந்து எதுவோ நிகழ்ந் திருக்கும்
முடிவே சுகமாய் இருந்திருக்கும்
விடிந்து பல நாளாயிருக்கும்.

www.ingramcontent.com/pod-product-compliance
Lightning Source LLC
LaVergne TN
LVHW100318210926
848480LV00003B/1174